കുരിശു ഭൂമി

INSIGHT PUBLICA®

Nadakkavu, Kozhikode, Kerala, 673011
www.insightpublica.com
e–mail: insightpublica@gmail.com
Title: **Kurisu Bhoomi**
Author: **Dr. K. Madhavan**
First Edition: February 2024

Printed and Published by
InsightinPublica Printers & Publishers Pvt. Ltd.
ISBN 978-93-5517-917-3

കുരിശു ഭൂമി

ഡോ. കെ. മാധവൻ

INSIGHT PUBLICA®

ജനനം: കണ്ണൂർ ജില്ലയിൽ ശ്രീകണ്ഠപുരം കോട്ടൂർ എന്ന സ്ഥലത്ത്. അച്ഛൻ: അധ്യാപകനായിരുന്ന വിഷ്ണു നമ്പൂതിരി. അമ്മ: ഗൗരി അന്തർജ്ജനം.

കോട്ടൂർ യു.പി സ്കൂൾ, ശ്രീകണ്ഠപുരം ഹൈസ്കൂൾ, തളിപ്പറമ്പ് സർ സയ്യിദ് കോളേജ്, മണ്ണുത്തി വെറ്ററിനറി കോളേജ് എന്നിവിടങ്ങളിൽ വിദ്യാഭ്യാസം. വെറ്ററിനറിസയൻസിൽ ബിരുദാനന്തര ബിരുദം. സംസ്ഥാന മൃഗസംരക്ഷണവകുപ്പിൽ ജോയിന്റ് ഡയറക്ടർ ആയി വിരമിച്ചു.

ഭാര്യ: ലത; അധ്യാപിക, ക്ലാസിക്കൽ നർത്തകിയും ആണ്.
മക്കൾ: നീരജ് മാധവ്, നവനീത് മാധവ്.
ഇപ്പോൾ കോഴിക്കോട് സ്ഥിരതാമസം.

വിലാസം: കീഴേടത്തില്ലം, പാലാട്ടു നഗർ,
തിരുവണ്ണൂർ, കോഴിക്കോട്– 673029.
ഫോൺ: 9447950699
email.malaninav@gmail.com

ഡോ. കെ. മാധവൻ

ഉള്ളടക്കം

ആമുഖം

കവിതകൾ എന്ന മുദ്ര ചാർത്തി ഒരു പുസ്തകത്തിനു കൂടി ഞാൻ മുതിരുന്നു. 'കരിഞ്ഞ ഭൂമി 'എന്ന പേരിൽ. പുണ്യാത്മൻ എന്നതിൽ തുടങ്ങി ഇങ്ങനൊരു സാഹസത്തിന് മുതിരുന്നത് പണ്ഡിതരും സുമനസ്സുകളും പൊറുക്കുമാറാകണം എന്ന അതിവിനയപ്രകടനമാണല്ലോ പണ്ടുമുതലേയുള്ള ആചാരം. അതുതന്നെയാണ് ഇവിടെ ഞാനും ചെയ്യുന്നത്. കവിത എന്തെന്നും എങ്ങനെയാവണമെന്നും നിഷ്കർഷയില്ലാത്ത കാലത്ത് ഏതു പാഴ് ചെടിക്കും വന്മരങ്ങൾക്കിടയിൽ ഇടം കണ്ടേക്കും. എനിക്കറിയാവുന്നതും എന്റെ തോന്നലായവയും ഞാനെഴുതി വച്ചതാണ്. അവ പ്രിയപ്പെട്ട സുഹൃത്തുക്കളുമായി പങ്കുവയ്ക്കുന്നു. അവർ തരുന്ന ആത്മവിശ്വാസമാണ് എന്റെ എഴുത്തിന്റെ ഊർജം. ഇതിനുമുമ്പ് പ്രസിദ്ധീകരിച്ച മൂന്നു പുസ്തകവും ഏറ്റെടുത്തവരോട് ഏറെ നന്ദിയുണ്ട്.

എന്റെ പ്രിയസുഹൃത്തും കവിയും, നോവലിസ്റ്റും ചരിത്രകാരനും ചിത്രകാരനുമൊക്കെയായ എ പത്മനാഭൻ തയ്യാറാക്കിയ വിശദമായ ഒരു ലേഖനം ഈ പുസ്തകത്തോടൊപ്പമുണ്ട്. ഞാൻ വിചാരിച്ചതിനപ്പുറം മറ്റൊരു മാനത്തിലേക്കു കവിതകളെ ഉയർത്തുന്നതാണ് ആ വിശകലനം. പ്രിയസുഹൃത്തും അതേസമയം രചനകളെ വിലയിരുത്തുന്നതിൽ യാതൊരു ദാക്ഷിണ്യം കാണിക്കാത്തയാളുമായ പത്മനാഭന്റെ പ്രേരണയാണ് ഈ പുസ്തകത്തിനു പിന്നിലെ ഏറ്റവും വലിയ കാരണം.

സമസ്തമേഖലകളും പോലെ സാഹിത്യവും ആൾക്കൂട്ടങ്ങൾ കയ്യടക്കിയിരിക്കുന്ന കാലത്ത്, മൂന്നിലൊരാൾ കവി എന്ന പരിഹാസമൊക്കെ നിലനിൽക്കുന്നിടത്ത്, ഇതിനൊക്കെ പ്രസക്തിയുണ്ടോയെന്നറിയില്ല.

ഇല്ലെങ്കിലും തരക്കേടൊന്നുമില്ല. സംവേദനക്ഷമവും ആർദ്രമനസ്സുമുള്ള ഏതൊരാളും കവി തന്നെയാണ്. 'ലക്ഷണമൊത്ത' എന്നതൊക്കെ ഒന്നിനുമിപ്പോൾ ബാധകമല്ലല്ലോ? തനിമ നഷ്ടപ്പെടുന്ന 'മലയാളി' ജീവിതത്തിന്റെ ഉൽക്കാഴ്ചയിൽ നിന്ന് എന്റെ ബോധത്തിൽ തെളിഞ്ഞ വിചാരങ്ങൾ മാത്രമാണ് ഇവ. മൗലികമായിരിക്കുകയെന്നത് ഏറെ പ്രധാനം തന്നെ. മറ്റുള്ളവരുടെ വിലയിരുത്തൽ ഏറെ വിഭിന്നമാകാം. പണ്ട് മലയാളത്തിൽ ഇറങ്ങിയിരുന്ന ഒരു ത്രൈമാസികയിൽ(സാഹിത്യ സമിതി മാസികയെന്നോ മറ്റോ) കുഞ്ഞുണ്ണി മാഷ് എഴുതി:

"ഉള്ളൂരേ കവിയെന്നു ചിലർ
ഉള്ളൂരോ കവിയെന്നു ചിലർ
ഉള്ളൂരും കവിയെന്നു ചിലർ
കവി തന്നുള്ളാരറിയുന്നു!''

അത്രയേയുള്ളൂ, ഇനി അവന്റെ അഹങ്കാരം കണ്ടില്ലേ, ഉള്ളൂരുമായാണോ താരതമ്യം എന്നൊക്കെ പറയുന്നവരും ഉണ്ടാകാം. അല്ല, അല്ലേ അല്ല. ഒരു കാര്യം പറഞ്ഞെന്നേയുള്ളൂ. കവിത എനിക്ക് ദഹിക്കില്ല, സഹിക്കില്ല എന്നൊക്കെ പറയുന്നതും ഒരു പരിഷ്കാരമാണ്. വേണ്ടവർ മാത്രം കണ്ടാൽ മതിയെന്നുവച്ചാൽ നിരുപാധികം മാപ്പ് നൽകാമല്ലോ! എന്റെ എഴുത്തുകൾ പുസ്തകങ്ങളാക്കിത്തരുന്ന സുഹൃത്ത് 'ഇൻസൈറ്റ് പബ്ലിക്ക' എന്ന സുമേഷിനോട് ഏറെ കടപ്പാടുണ്ട്. നടേ പറഞ്ഞപോലെ, വിനയത്തിന്റെ നെല്ലിപ്പടിയിൽ ഇറങ്ങിനിന്ന് നല്ല നമസ്കാരം.

ഡോ. കെ. മാധവൻ,

കോഴിക്കോട്..

എന്റെ മഹാബലി

അത്യഗാധമൊരു പവിഴപ്പുറ്റിൽ
ദീർഘതപമാണെൻ മഹാബലി.

പ്രാർഥനാനിരതനായ്
ഈയൊരാൾ
പ്രജകൾക്കായ്
വെന്തു നീറുന്നു..

പണ്ടു പണ്ടെ, ന്നല്ലേ
കഥകൾ തുടങ്ങുക!
ബലിയുടെ കഥകളും
പണ്ടേയ്ക്കു പണ്ടേയുള്ളൂ.

ഒന്നുപോലെല്ലാരുമെന്നതും
ഇല്ലില്ല പൊളിവചനങ്ങളും
കള്ളവും ചതിയുമില്ലാത്ത
ആമോദ ജീവിതഗാഥയായ്
പവിഴചിപ്പിയിലുണ്ടെൻ
ബലി, മഹാബലി.

അരചന്മാർ വാളു കൊണ്ടല്ലോ
ചെങ്കോലും കിരീടവും ചൂടുക.
എന്തുകൊണ്ടസുരരാജാ നീ
ജനരാജനായിങ്ങനെ ഞങ്ങളെ
വെറുതെ മോഹിപ്പിച്ചു!
അങ്ങറിഞ്ഞില്ലേ ചുറ്റിലും
വളരുന്ന ദുർമ്മദങ്ങളെ..
ദാനം ചോദിച്ചെത്തും
ദേവകൗശലങ്ങളെ.
ദാനമായ് നൽകാൻ മറ്റൊരു
ശിരസ്സെടുക്കുവാൻ മടിച്ചുവോ!

പാതാളമിറങ്ങി പോകെ
കേൾക്കാം ഹൃദയത്തുടിപ്പുകൾ.
ജലത്തിലലിയും കണ്ണീർ
വാഗ്ദത്തം കാത്ത പ്രജാപതി.
പ്രജയെന്നുള്ള മന്ത്രംജപിക്കയോ
ഹൃദയം തപിക്കയോ!

എത്ര ബലിയാണ് കഥകളിൽ
കണ്ണുനീരിൻ കഥകൾ
രാജാവും പ്രജയുമില്ലാത്ത
മഹാബലി വരുമൊരുനാൾ
ആണ്ടിലൊരിക്കലാവില്ല
കഥകൾ പെയ്തു കൊണ്ടങ്ങനെ.
കവിതകൾ തിളച്ചു കൊണ്ടങ്ങനെ.
കാത്തിരിക്കും മഹാമതേ
കാലംവരും മഹാബലിക്കാലം...

കാകനും ശുനകനും

എന്റെ വീടിന്റെ മട്ടുപ്പാവിൽ
ഒരു കാകൻ
തമ്പടിച്ചിട്ടുണ്ട്.
കാക്കകൾ കൂട്ടമായേ പാർക്കൂ
എന്ന ധാരണ തിരുത്തിയവൻ.
അവനെ കാണുമ്പോൾ
മുടി നീട്ടി
കൂട്ടം തെറ്റി മേഞ്ഞ യൗവനം
വാർധക്യത്തിലേക്ക് കുടിയേറുന്നത്
ഞാനറിയും, ഉറങ്ങും.
കൂരിരുട്ടിന്റെ ആ കിടാത്തനാവട്ടെ
സൂര്യനെ പ്രാകി
ചാടിച്ചാടി
മുറ്റത്തെ മരത്തിൽ
കാത്തിരിപ്പ് തുടങ്ങും.

ഡോബർമാന്റെ യജമാനനാണെന്ന
അഹന്തയോടെ
പ്രാതലുമായി വരുംനേരം
പതിവ് ഭിന്നശേഷിയോടെ
ഒന്നു ചരിഞ്ഞു നോക്കും.
രണ്ടു മൂന്നു മുഴം മാറിയിരുന്ന്
അവലോകനം നടത്തും.

ഇവൻ കരയാറില്ല,
ചിരിക്കാറില്ല,
നോട്ടത്തിലെ പരിഹാസമൊഴികെ
കാക്കയുടെ കണ്ണിൽ
ഇതര വികാരങ്ങളില്ല.

അടച്ച ഗേറ്റിനു പുറത്ത്
കുറ്റാരോപിതരായ പീഡിതനായ്ക്കൾ

കരിന്തു ഭൂമി

വൃഷണം നഷ്ടപ്പെട്ടുത്തിയും
ഗർഭപാത്രം തകർക്കപ്പെട്ടും
എച്ചിലിനു കാത്തിരിക്കുന്നുണ്ടാവും.

മുന്തിയ പ്രാതൽ
പാത്രത്തിൽ വീഴുമ്പോഴും
അതു ഗൗനിക്കാതെ
തെരുവുനായ്ക്കൾക്കു നേരെ
കുരച്ചുചാടുകയാവും പോറ്റുനായ.
അവരോ, 'പോടാ വ്വേന്ന് '
കോട്ടുവായിട്ടു തിരിഞ്ഞു നിൽക്കും!

ഭക്ഷണപദ്ധതിയുടെ
ഉദ്ഘാടനം
മരക്കൊമ്പിലിരുന്ന് കാകൻ നിർവഹിക്കും.
വൃഥാ അങ്ങോട്ടുമിങ്ങോട്ടുമോടി
കിതയ്ക്കുകയാവും
ശ്വാനനായകൻ.

പരപരാന്നു തീറ്റ തുടങ്ങുമ്പോൾ
കാകതീയൻ വീണ്ടും വരും.
ധീരശൂരപരാക്രമി മാറിക്കൊടുക്കും!

ഒന്നുമല്ലെങ്കിൽ,
ഗോൽക്കൊണ്ട ഉണ്ടാക്കിയ
രാജവംശമല്ലെ!
ആർത്തിയോടെ
അവൻ കൊക്കിലൊതുക്കും.
ഓസിനു കഴിച്ചു പോവുന്ന സെലിബ്രിറ്റിയെ പോലെ
മുഖം മരത്തൊലിയിൽ ഉരയ്ക്കും.
അവലോകനം തുടരും.

ശുനകൻ മരച്ചോട്ടിൽ
അടിമയായി അടങ്ങിക്കിടക്കും.
മുദ്രാവാക്യം ഓരിയിടും.

കരിമ്പ ഭൂമി

പീഢിത ശ്ലനകസംഘം പിരിയും.
ഇടയ്ക്കിടെ ഒരാൾ എത്തും–
കാകന്റെ കാമുകിയോ ഭാര്യയോ.
(രണ്ടായാലും നമുക്കെന്താ)
പ്രണയസല്ലാപത്തിൽ ഏർപ്പെടും.
ഞാൻ സദാചാര പോലീസായി
ചിലപ്പോൾ കല്ലുകൊണ്ട്
അസൂയക്ക് മരുന്നുണ്ടാക്കും.
വൃദ്ധന്റെ കല്ല് കൊള്ളില്ലെന്ന
പഴഞ്ചൊല്ല് പറഞ്ഞ്
ഇണക്കാക്കകൾ ചിരിക്കും.
ധീരശ്ലനകൻ സുഖസുഷുപ്തിയിലാഴും.
ചില അപശബ്ദങ്ങൾ അകമ്പടിയും.

കാകന്റെ വിസർജ്ജ്യങ്ങൾ കോരൽ
എന്റെ ദിനചര്യയായി.
അങ്ങനെ ഞങ്ങൾ
കാക–ശ്ലനക–യജമാന–പിരമിഡുകൾ തിരിച്ചും
മറിഞ്ഞു വീഴാതെയും
ചരിഞ്ഞു നോക്കിയും
ഭക്ഷണ വിസർജ്ജ്യസുഖവാസ
പദ്ധതികളുമായി
മതിലിനകത്തു സസുഖം വാണു.
പുറത്ത്,
പീഢിത ശ്വാന മനുഷ്യ സംഘങ്ങൾ ഞങ്ങളുടെ
സഹവർത്തിത്തത്തിനു തടസ്സമായി വെറുതെ
കുരച്ചു കൊണ്ടിരുന്നു.

കോലാഹലനദി

കോലാഹലനദിക്കരയി–
ലൊരുണങ്ങിയ മരക്കൊമ്പിൽ
കാത്തിരിക്കുന്നൊരു പൂങ്കുയിൽ
ഒക്കെയുമൊന്നടങ്ങീട്ടാവാം
നീട്ടിയും കുറുക്കിയും രണ്ടീരടി
എന്നോർത്തിരിക്കവേ,
അങ്ങേക്കരയിൽ നിന്നൊരു
പൂവൻകോഴി പാടുന്നു
കൊക്കരേ കൊക്കരെക്കോ!
പാട്ടോ പറച്ചിലോയെന്തോ!

കൊക്കുകൾ പറന്നും താണും
ചിറകിട്ടടിച്ചു കൊണ്ടങ്ങനെ
പരിഹാസത്താൽ കഴുത്തും നീട്ടി
പിളർത്തിയ കൊക്കിനാൽ ചോദിച്ചു
പാട്ടുകൾ കേട്ടില്ലേ കുയിലേ
ഇങ്ങനെ പാടാനൊക്കുമോ
അവനല്ലേ ഗന്ധർവഗായകൻ.

പൂങ്കുയിൽ മൗനത്തിലായ്
വ്രണിതമാം ഹൃദയത്തിൽ ചൊന്നു
എന്തിനായ് പാടണം പറയണം
പാട്ടിനും പരിഹാസമോ!

കോലാഹലനദിയിൽ
കലക്കുവെള്ളത്തിൻ പരപ്പിൽ
പിടയുന്ന മീനിന്റെ കണ്ണ്
കൊത്തി പറക്കുന്നു
ക്രൗര്യമുള്ള പരുന്തുകൾ

വരണ്ടുണങ്ങിയ പാടത്തായ്
ഒരു തളിർപുല്ലിനായ് പായും

കരിഞ്ഞ ഭൂമി

കുഞ്ഞാടിനെ കടിച്ചോടുന്ന
കാത്തിരുന്നൊരു ചെന്നായ്ക്കൂട്ടം

ചിന്നം വിളിച്ചിറങ്ങുന്ന
വയറൊട്ടിയ കൊമ്പനാനയെ
തീപ്പന്തം കൊണ്ടെറിയുന്ന
സെൽഫിയെടുക്കാൻ വരുന്നവർ
നിറതോക്കുമായ് കാത്തിരിക്കുന്ന
പിരിച്ച കൊമ്പൻമീശകൾ
ആനവാലെടുക്കാനല്ല
ആനയെ തീർക്കുവാൻ തന്നെ!

പൊട്ടി പൊളിഞ്ഞുവീഴുന്ന
സഹ്യപിളർപ്പിലെങ്ങാനും
ജനകന്റെ മകളുണ്ടാകുമോ
അവളുടെ രാമനിങ്ങെത്തുമോ?
ലക്ഷ്മണനരിഞ്ഞു വീഴ്ത്താനായ്
ഒന്നുമേ ബാക്കിയില്ലല്ലോ
കീമോ കഴിഞ്ഞെത്തിയ ശൂർപ്പണഖ
മൊട്ടത്തലയും തടവി വെറുതെ
കുത്തിയിരിക്കുന്നു.

പൊളിഞ്ഞ സേതുവിന്നരികെ
ചിതറിയ കല്ലുകൾക്കിടയിൽ
ഏകാന്തനായൊരാളുണ്ടല്ലോ
ഖിന്നനാം ചിരഞ്ജീവി.

ബാലി തൻ പിളരുംമാറിന്റെ
നിലവിളി മാറ്റൊലി കൊൾകെ
ശരിയേത് തെറ്റേതെന്ന്
തർക്കങ്ങൾ നടക്കട്ടെ.
കോലാഹലങ്ങളിലലിയും
എല്ലാ തർക്ക വിതർക്കവും.

കരിഞ്ഞ ഭൂമി

കോലാഹല നദിക്കരയി–
ലൊരുണങ്ങിയ കൊമ്പിൽ
എത്രനേരമായ് കാത്തിരിക്കുന്നു
ഗോപികമാർക്കായ് കണ്ണൻ
ഇവരിപ്പോൾ കളിക്കാറില്ലേ
കണ്ണനെ മറന്നെന്നോ?

അമ്മയോടൊപ്പം നദിയിൽ
കളിച്ചും കുളിച്ചും കൊണ്ടേ
ചീങ്കണ്ണി വായിൽ പെട്ട
ശങ്കരൻ ശരിയല്ലെന്ന്
ആരൊക്കെയോ വിധി ചൊല്ലുന്നു
ശങ്കരൻ നാട് കടക്കട്ടെ
വന്നാലും തിരിഞ്ഞു നോക്കല്ലേ.

കോലാഹലനദി ഉണങ്ങുമ്പോൾ
വരണ്ട മണലിലെത്തുന്നു
കാടിറങ്ങുന്ന മയിലുകൾ
താണ്ഡവമാട്ടും മയിലുകൾക്കായ്
ഒറ്റക്കൊമ്പിലിരുന്നൊരു പൂങ്കുയിൽ
പാട്ടുകയായൊരു ഗാനം
ചടുല താളത്തിലൊരു രോദനം
ഒടുക്കത്തെ പാട്ടാകുമോ?

പിളർന്ന സഹ്യന്റെ മൂർധാവിൽ
നിന്നൊഴുകിപ്പരക്കുന്ന
ചോരയിൽ
കലങ്ങിയ കണ്ണീർപ്രവാഹത്തിൽ
ആരാരുടെ നിലവിളി കേൾപ്പൂ
കുത്തൊഴുക്കിൽ പിടച്ചിലില്ലാതെ
ഒലിച്ചിറങ്ങുന്ന ജീവിതം.

പൂങ്കുയിൽ പാട്ടുകയില്ലിനി
മയിലുകളാട്ടുകയില്ലിനി

എല്ലാരുമെല്ലാരുമായ്
എങ്ങോട്ടോ പോകയാണല്ലോ?

കോലാഹലം ബാക്കിയാവുന്ന
കോലങ്ങൾ കലി തുള്ളുന്നു.

മൃത്യു

മർത്ത്യനെന്നും അമർത്ത്യനെന്നും
സ്വയം വിളിച്ചും പുളച്ചും
പുളവവർഗം പോലെ പൊട്ടക്കുളത്തിന്റെ ആഴത്തിനു
മുകളിൽ പൊങ്ങിക്കിടന്ന്
കുഞ്ഞൻ തവളയുടെ രോദനത്താൽ
ഫണീന്ദ്രനാവുന്ന കേവലമനുഷ്യാ,
അറിയൂ,
മരണം ഒറ്റമാത്രയുടെ വേർപാടല്ല;
ഒന്നൊന്നായ വേർപാടിന്റെ
പൂർണവിരാമമാണ്.

മഹത്തായ മൃതിക്ക് സചേതനമെന്നും അചേതനമെന്നു
മില്ല.
ഇന്നും നാളയുമില്ല
വിചാരവും വികാരവുമില്ല.
മൃത്യു ഗുഹയല്ല,
അനന്ത വിസ്തൃതമായ വെളിമ്പറമ്പാണ്.
കുന്നും കാടും പച്ചയും
പകിട്ടും ഒടുങ്ങുമ്പോൾ
പുഴകളും പുഴയോരങ്ങളും
മൃതിയുടെ നിസ്സംഗതയിൽ
അലിഞ്ഞു ചേരുമ്പോൾ
കാടിന്റേയും കടലിന്റേയും
ഇരുണ്ട സത്യങ്ങളിൽ
വെളിച്ചത്തിന്റെ മായം കലരുമ്പോൾ ഭീരുവായ വെറും
മർത്ത്യൻ മാത്രം നിലവിളിക്കും:
എന്റെ—നിന്റെ മരണത്തിന്റെ
വേവലാതികളാൽ..
ഡംഭന്റെ ഭീരുത്വം
അടിയറവ് പറയുമ്പോൾ
നിലാവും ഉച്ചസൂര്യനും
നിർവികാരമായി ചോദിക്കും:

ഹേ മർത്ത്യാ, നീ അമർത്ത്യനെന്നു നീ മാത്രം
പറഞ്ഞതല്ലേ?
ഞങ്ങളാരും അങ്ങനെ പറഞ്ഞില്ലല്ലോ?

കരിഞ്ഞ ഭൂമി

അത്യുഷ്ണമൊരു കാലം...
വെന്തു കിടക്കും വയലിൽ
ഒറ്റവരമ്പിൻ കവലക്കുരിശായി
വഴിമുട്ടിയ പാന്ഥനൊരുത്തൻ
വിണ്ടുപിളർന്നൊരു കാല്പാദത്തിൻ
മനമായ്, അന്തിച്ചങ്ങനെ നിന്നു.

ചെമ്മൺമലകൾക്കപ്പുറമേതോ മൂട്ടവിളക്കിൻ
തിരിയായ് കത്തും സൂര്യപ്പുകയുടെ ഗന്ധം പടരും
ആറ്റിൻമീതെയൊത്തിരി നേരം.
ചുടുകാറ്റിൻ ചൂളംവിളിയിൽ
മങ്ങിയ കണ്ണുകൾ പാതിയടച്ചും
പൊത്തിയ കാതുകളൊക്കെ
നിറക്കും രോദനമാരുടെ...
പ്രാർഥനഗീതം ക്രൂര നിനാദം!
ഓരോ ശബ്ദശരത്തിലുമെന്നിൽ
അംഗോപാംഗം തുളയും നേരം
ഏതു വിരാടസ്വപ്നം?അതിനുള്ളിൽ നിണനിറമുള്ള
മഴവിൽത്തോണി,
അതിലേറി തുഴയേണ്ടു ഞാൻ?

പാടവരമ്പത്താറ്റിൻകരയിൽ
ആൽത്തറയിൽ കാവുകളിൽ
ആസുരവാദ്യപ്പെരുമകളിൽ
എന്നെ തേടി നടന്നൊരു കാലം

പച്ചപട്ടിൻ ഞൊറി വീഴ്ത്തും കാലം
പാദസരങ്ങൾ കലുങ്ങും കാലം
പൂക്കൾ പൂത്തിരി കത്തും കാലം
പ്രണയനിലാവുകൾ കുളിരായ്
പൂമഴയായ് പെയ്തൊരു കാലം.

കരിശ്ശ ഭൂമി

ശതമേനി വിളയും വയലേലകൾ
വെള്ളരിയായ്, ചെറുപയറായ്
പിന്നെ പ്രാവുകൾ, കൊറ്റികൾ
കന്നും കളിയും ചെളിയും കുളിയും
പുതുമഴയും പെയ്തു കുളിർക്കും
പതിയെ തളിർക്കും മനവും മണ്ണും.

ഇന്നീ കരിശിൽ ഇടമുറിയാതെ ചോരത്തുള്ളികൾ
പെയ്യുമ്പോൾ
വറുതീയിൽ കത്തും മനമതിൽ
കാലൻകോഴിപ്പാട്ടുകൾ കേൾക്കാം
ഏതു ദശാസന്ധി വരമ്പിൽ
സ്വപ്നം കത്തിയെരിഞ്ഞീ മണ്ണിൽ
ഓരോ നാദവുമോരോ നിലവിളി
ആയുധ ഭീകരതാളം കേൾക്കെ
ഏഴകൾപോൽ ഉണങ്ങും തളിരിൽ
ഹിംസ്രമുഖങ്ങൾ പലവകയായ്
നരകത്തിൻ വാതിൽ തുറക്കെ
ആട്ടിയകറ്റിയ സ്വന്തം മണ്ണിനു
കണ്ണീർ കടവത്തുദകം തൂവി
അവസാനത്തെ പോരിനുപോകും
സോദര വൈകൃത കാലം.

എന്നെ ചേർത്തു തറക്കുക
ഈ വയലിൻഹൃദയവരമ്പിൽ
ഈ കാണും കരിശ്ശുവരമ്പിൽ
ഒരുനാൾ വീണ്ടും മുളയായ്
പൂവായ് ഉയിരായ് ഉയിർക്കട്ടെ
നാടിൻ പൊൻകതിരുകളൊന്നായ്.

അന്തിസൂര്യൻ

നോക്കൂ,
ദിക്കൊന്നും ഓർമ വേണ്ട
ചെന്തുണ്ടി പഴംപോലെ
നിറകാന്തിയുടെ സൗഭഗം,
നീണ്ടു നീണ്ട കരങ്ങൾ ശോഷിച്ച്
ചുട്ടുപഴുത്ത അമ്പുകൾ
തന്നിലേക്ക് മടങ്ങി
നിറക്കൂട്ടുകളുടെ നിർവൃതിയിൽ
അലിഞ്ഞലിഞ്ഞു
നിമജ്ജനത്തിന്റെ ദർശനം ചൊരിഞ്ഞു
ഇത്രയേയുള്ളൂ ഈ താപജീവിതം എന്നറിയിച്ച
അന്ധകാര യാഥാർഥ്യ ഭൂമികയിലേക്കാനയിക്കുന്ന
സായാഹ്ന സൂര്യാ
അങ്ങാണ്, അങ്ങു മാത്രമാണ്
എന്റെ ഗുരു.
എന്റെ മാർഗദർശിയും
ക്രാന്തദർശിയും.

ഉദയത്തിന്റെ ഉദാത്തതയിൽ നിന്ന് മധ്യാഹ്നത്തിന്റെ
തിളപ്പിൽ
വെന്തെരിഞ്ഞ
അയഥാർഥ്യപ്പുളപ്പിൽ നിന്ന്
ശാന്ത നിരാസ നിസ്സംഗ
കൗതുക ഭാവം പകർന്ന്
മാടിവിളിക്കുന്ന സൂര്യാ,
അങ്ങെനിക്കു നിസ്സഹായതയുടെ, നിർവൃതിയുടെ,
അഭൗമ സൗന്ദര്യലഹരിയുടെ,
ഊർജപ്രവാഹബിംബമാണ്.

ഞാൻ കാണുന്നതിപ്പോൾ
അസ്തമയ സൂര്യന്റെ
അനിതര സൗന്ദര്യമാണ്.

അതിരുകളില്ലാത്ത അനന്തതയാണ്.

എടോ സൂര്യാ
നീ നാളെ ഉദിച്ചോളൂ
എന്നാലും ഇന്നിന്റെ ഈ
ഭ്രമഭാവം ഉണ്ടാവുകയില്ല!

സൂര്യാ,
ശക്തന്റെ അന്ത്യമാണ് കാവ്യം.
കാവ്യം തുടക്കമല്ല
ഒടുക്കമാണ്.
സൂര്യദേവാ
അങ്ങേയ്ക്കെന്റെ
സാഷ്ടാംഗപ്രണാമം.

രോമങ്ങൾ

ഏകവചനത്തിലും ബഹുവചനത്തിലും രോമം
മനോഹരമാണ്,
രോമാഞ്ചം പോലെ നിർവൃതി
വേറെന്തുണ്ട്!
അന്യഭാഷാ പ്രയോഗത്തിലൂടെ
അശ്ലീലമാക്കിയ സത്യമാണത്!

രോമഹർഷം പോലെ കാവ്യമായി
രോമാവൃതം പോലെ പൗരുഷമായി
രോമം പോലെ നിസ്സാരമായി
ഓരോ സ്ഥാനവും നിലയുമുള്ള
രോമ വീരഗാഥപോലെ
രോമാഞ്ചമാണ് ഓരോ രോമവും,
മുറിച്ചുംവടിച്ചും തോൽപ്പിക്കാനാവാത്ത രോമസത്യം.
റോമാസാമ്രാജ്യവും ഹൂണനും മുഗളനും ഹിന്ദുവും
മുസൽമാനും ലാളിച്ചും
പാടെ മാറ്റിയും
താടിയിലും തലയിലും കെട്ടിയും
ഓരോരോ മതങ്ങൾ!
ഒക്കെയും വെറും രോമങ്ങൾ
രോമസഞ്ചയങ്ങൾ!
നീട്ടിയും നിവർത്തിയും ചുരുട്ടിയും വേഷവൈകൃതമാവു
ന്ന
രോമവ്യക്തിത്വങ്ങൾ വിഡ്ഢികൾ?
നിറം പുരട്ടി മായം ചേർത്തു
സത്യം മറയ്ക്കുന്ന രോമമാണ് കാലം.
അന്തനിമിഷം
അലങ്കാരവും അഹങ്കാരവും
ആനന്ദസൂചകവുമായ
പ്രിയ രോമങ്ങളേ..,
ഇന്ദ്രിയങ്ങളുടെ കാവൽക്കാരെ,
നിങ്ങളെ

ആദരിക്കാതിരിക്കുവതെങ്ങനെ!
അശ്ലീല പദാവലികളിൽ
ഈ മഹാബിംബങ്ങളെ
ചേർക്കരുത്.
രോമങ്ങൾ ഹർഷോന്മാദമാണ്
രോമാഞ്ചം ചൊരിയുന്ന നിർവൃതിയാണ്.

ചുട്ട കട്ടൻ

അലറിപ്പെയ്യുന്ന മഴ തോർന്നപ്പോൾ
ആശ്വാസവും നിരാശയും,
ചടുല താണ്ഡവം തീർന്നു പോയ പോലെ,
കൊട്ടിക്കയറിയ ചെണ്ടമേളം
നിലച്ച പോലെ,

സൂര്യനെ വിഴുങ്ങുന്ന കാർമേഘങ്ങളോടു വെറുപ്പ്,
കൊടും വേനലിൽ പൊള്ളിച്ച
കള്ള സൂര്യനോടു സഹതാപം!
സുരക്ഷിതസ്ഥാനങ്ങളിൽ
ഒക്കെയും രസക്കാഴ്ചകൾ.
കുടിനീരിനു നെട്ടോട്ടമോടിയവർ
കുടിയൊഴിഞ്ഞു പോകുന്നതും കാഴ്ച മാത്രമോ?
എന്നിട്ടും
നമുക്ക് കലഹങ്ങൾ തീരുന്നില്ല.
കുക്കിയായും മെയ്തിയായും
കൊന്നൊടുക്കുന്ന മനസ്സുകൾ
പുലരിക്കാഴ്ചയിൽ കണ്ണീർ വീണു മാഞ്ഞു പോകുന്ന
മഴവില്ലുകൾ എന്തിനു കലക്കണം.
കാലം എന്നെന്നും
ഇങ്ങനയൊക്കെ തന്നെ!
ഒരു ചുട്ട കട്ടൻകാപ്പി കുടിക്കാം—
അല്ലേ!

ആകാശം

എന്റെ കുഞ്ഞാകാശം ശൂന്യമായിരുന്നില്ല.
കതിരവനും അമ്മാവനും
മാറി മാറി നിറച്ചു തന്ന
ആകാശപ്പൊയ്കകളും
വാരി വിതറിയ താരകവാടി.
മലർന്നു കിടന്നു എണ്ണിയെണ്ണി
ആഴങ്ങളിലേക്ക് ഊർന്നു വീണ
എന്റെ വിശ്വാസങ്ങളിൽ ശൂന്യത
നിറച്ചു കഴിഞ്ഞപ്പോഴും
അത് തിളങ്ങും മലർവാടി തന്നെ.
വലുതും ചെറുതുമായ
നക്ഷത്രജാലങ്ങളുടെ ഉത്സവപ്പറമ്പ്.
പരസ്പരം കണ്ണിറുക്കുന്ന
താര സൗന്ദര്യ ലഹരി.
കിഴക്കും പടിഞ്ഞാറുമെന്ന അറിവിന്റെ തരംതിരിവുകൾ,
ബോധത്തിന്റെ വഴികാട്ടികൾ,
ആകാശത്തിന്റെ മേലാപ്പിലൂടെ
പാട്ടു പാടിയും നൃത്തമാടിയും
യക്ഷ കിന്നര ഗന്ധർവന്മാർ
ഉല്ലസിക്കുന്നതു കാണാം.
ജ്ഞാന തൃഷ്ണയിൽ തിളങ്ങുന്ന സപ്തമഹർഷികളുടെ
കണ്ണുകൾ കാണാം.
പറന്നു വീഴുന്ന ധൂമകേതുക്കളെ
കാണാം.
ചെറുതായും വലുതായും
ദർശന വിസ്മയമാകുന്ന
അമ്പിളിമാമന്റെ മായാജാലം
ആമോദകൊടിയേറ്റമാണ്.
ശൂന്യാകാശത്തിന്റെ
ശാസ്ത്രപുസ്തകം
ഞാൻ ഇടക്ക് മടക്കിവയ്ക്കും,
മാനം നിറയെ ഞാൻ

കിനാവുകൾ വാരി നിറയ്ക്കും.
കിനാവിലെ കുട്ടിയെ പോലെ
മാറിവരുന്ന രൂപങ്ങളായി
അരണ്ട നിലാനിറത്തിൽ
ശൂന്യതയെ ഞാനറിയും.
ചിറകുകൾ ആവശ്യമില്ലാത്ത
അതിന്റെ മുഗ്ധതയിൽ
അലിഞ്ഞു ചേരും.

കാനിബാളിസം

ഒരിറ്റ ചോര പൊടിഞ്ഞാൽ
കൂട്ടുകാർ കൂട്ടത്തോടെയെത്തും
അർശസ്സ് പോലെ മലദ്വാരമായാലും
കമ്പികൊണ്ട കാലിലായാലും
കൊത്തി കൊത്തി കൊല്ലുന്ന
കോഴിക്കൂട്ടങ്ങളാണ് കാഴ്ച.
കൊത്തി കൊത്തി
കുടൽമാല പുറത്തിട്ടു കൊത്തി അവർ മടങ്ങും.
സഹജീവികളിൽ നിന്ന്
നാളന്നു വരെ കരുതിയ
സ്നേഹവും കൂട്ടുമാർന്ന ജീവിതമാണത്.

കോഴികൾ ചോരയ്ക്കു പിറകെ..
ചിലർക്ക് കണ്ണീരിലാണ് കാമം.
ഒന്നിടറിയാൽ
ഒന്നു വീണുപോയാൽ അവരെത്തും.
കൂരമ്പുകളും മൺവെട്ടിയുമായി.
പരിഹാസത്തിന്റെ അട്ടഹാസത്തോടെ
വിശേഷജീവിയും
വെറുംജീവി തന്നെ.
ജൈവഭാവത്തിന്റെ
നികൃഷ്ട സത്യം.
എവിടെയെങ്കിലും കുത്തി
ചോര പൊടിക്കുക
അല്ലെങ്കിൽ
അവന്റെ മനസ്സിൽ കുത്തി
കണ്ണീർ ഒഴുക്കുക
വരുവിൻ കൂട്ടരേ
അവന്റെ മാംസത്തിന്റെ രുചി നോക്കാം
ഈ കാനിബാളോത്സവം
നമുക്ക് കൊണ്ടാടുക.
അവനാരായിരുന്നാലും

അവളായിരുന്നാലും
കടൽമാല പുറത്തെടുക്കുക
കോഴിക്കൂട്ടം പോലെ
പിന്നെ മടങ്ങാം.

പോകട്ടെ ഞാൻ

അറിയാമെനിക്കെൻ പ്രിയേ, യശോധരേ,
പ്രാണൻ പോൽ പ്രണയമായ്
തുടിക്കും യൗവനമേ,
സ്നേഹാർദ്രമാം നിൻസ്പർശവും മുഗ്ധമാം രാവും പൂത്തുല-
ഞ്ഞൊരീ നിലാവും വഴികളും
ഓരോന്നുമെത്രയുദാത്തം!
ഒന്നിച്ച രാശികൾ നമ്മൾ
ഇടയിലൊരു കുഞ്ഞുസൂര്യനായ് ശയ്യയിൽ
പ്രിയപുത്രനാം രാഹുലൻ.

അറിയുന്നുവോ നീ, യശോധരേ,
വെന്തുരുകുമൊരു ഹൃദയം പേറി
പിടയ്ക്കുന്നെന്റയുള്ളം.
പട്ടുമെത്തയിൽ,
സുഗന്ധങ്ങളിൽ നിദ്രയറ്റും തേങ്ങിയും പിടഞ്ഞും
ചുട്ടു തപിക്കുന്നെൻ മാനസം.

മാറി മാറി തിരുനെറ്റിയിൽ ചുംബിച്ചും തലോടിയും
ശാന്തമാവുക മനസ്സേയെന്നുരുവിട്ടും
കണ്ണീർവീണ നനഞ്ഞൊരീ
കംബളം മാറ്റിയും
വീർത്തു കലങ്ങിയ
കണ്ണുകളടച്ചും തുറന്നും
കുറ്റബോധം നിറഞ്ഞൊരീ ശരശയ്യയിൽ നെടുവീർപ്പിട്ടു-
മെൻ കാളരാത്രികൾ
കഴിഞ്ഞേ പോയിടുന്നു..

എനിക്കു വേണ്ട-
യീ, പാപപങ്കിലമാം ചെങ്കോൽ,
രത്നഖചിതമാം സിംഹാസനം,
നിണഗന്ധമുള്ളൊരീ, യുടവാൾ
അധികാരത്തിൻ കോട്ട കൊത്തളങ്ങൾ,

ദാസ്യ പരിവാരങ്ങൾ..

ഓർക്കുക യശോധരേ,
നമ്മളും കേവലമർത്ത്യരല്ലയോ,
എനിക്കും നിനക്കുമവനുമാ–
യെന്തിനീ ധൂർവഹസൗഭഗങ്ങൾ.
പാപപുണ്യത്തിൻ കഥകളോ ജീവിതം
മഹാദുഃഖത്തിൻ കണ്ണീർക്കടലല്ലേ.
പ്രാകൃത, മതേതര മോഹങ്ങൾ
ദുഃഖത്തിൻ ചിറകുകൾ വിടർത്തവേ
രാജഗഹ്വരങ്ങളിലൊളിച്ചവനായ്
അമ്മട്ടിലെങ്ങനെ പാർക്കുമിഞാൻ.
അറിയണമോരോന്നു–
മെനിക്കെൻ ഹൃത്തിനാൽ
ഓരോ പുൽക്കൊടിയും
സമസ്ത ചരാചരങ്ങളുമിത്രമേൽ പിടയുവതെന്ത്,
എന്തിനായ്?

പാടലഭൂവിൻ ഛത്രപതികൾ തൻ
പൈതൃക ധനധാന്യങ്ങളിൽ
വിരിഞ്ഞ പാപഗാഥകൾ യുദ്ധക്രൗര്യങ്ങളൊഴുക്കിയ
നിണച്ചാലുകൾ
ഉയരും കൂട്ടരോദനങ്ങൾ
അവ കണ്ടും കേട്ടുമുറങ്ങുക വയ്യ.
എനിക്കു വേണ്ട, യീ പട്ടുമെത്ത
പടഹങ്ങൾ, പടയാളികൾ
പരവതാനികൾ, സുവർണ കുംഭങ്ങൾ, സചിവന്മാർ

കാലം നാളെ പരിഹസിച്ചേക്കാം
ഈ കപിലകുമാരനെ
ഭാര്യയെ, കുഞ്ഞിനെ, യുപേക്ഷിച്ച ക്രൂര ഹൃദയനാം
ഭീരുവായ്.
ഇന്നത്തെ കാളരാത്രിതൻ അന്ത്യയാമത്തിൻ മുമ്പേ
നാളത്തെ സൂര്യോദയത്തിൻ മുമ്പേ
തുറന്നു വിട്ടോട്ടേയെന്നെ ഞാനീ–

ദുഃഖത്തിൻ വീഥികൾ താണ്ടീടട്ടെ.

മാപ്പിരക്കുവാൻ രണ്ടേ രണ്ടു പേർ,
എന്റെ ഹൃദയംകോർത്ത നീയും നമ്മുടെ ചോരയിൽ
പിറന്ന
ഈ പ്രിയപുത്രനും മാത്രം.

നിങ്ങളുണർന്നാൽ,
കണ്ണുകൾ തുറന്നെന്നാൽ
പൊട്ടിച്ചു പോവാനാവില്ല–
യെനിക്കീ ചങ്ങലക്കണ്ണികൾ
പ്രണയമാം പട്ടുനൂലിഴകളെ..

ഇന്നത്തെ ക്രൂരമാമിരുട്ടിൽ
മറന്നേ പറ്റൂ, രണ്ടു മുഖങ്ങളെ.
സിദ്ധമായർഥങ്ങളൊക്കെയും
എറിഞ്ഞൊഴിഞ്ഞേ പറ്റൂ യീവിധം

നിന്റെ മൃദുകരങ്ങൾ നെഞ്ചിൽ നിന്നിറക്കി വച്ചോട്ടെ
കാണാനാവില്ല ആ കുഞ്ഞുമുഖവുമിനി.
അന്ധകാരത്തിൻ ഭുവിൽ
മനമൊരു കൈത്തിരിയേന്തി
ഇറങ്ങട്ടെ ഞാൻ, യശോധരേ..
നിശ്ശൂന്യമാം നിറവുകൾ തേടി.

പോകട്ടെ ഞാൻ, യശോധരേ
പൊറുക്കുക നീയെന്നോട്.
പോകണം പോകാതെ വയ്യ
മടക്കമില്ലാത്തത്രയും കാലം.

ഒറ്റ നിമിഷം

തീവ്രമായ ഒന്നാണ് ഒറ്റ നിമിഷം
ഒരാളെ തല്ലാൻ തോന്നിയോ,
ഒരാളോട് പ്രണയം തോന്നിയോ,
ഒരാളോട് നന്ദിയെന്ന പറയാൻ,
മറ്റൊരാളോട് വെറുപ്പിക്കരുതെന്ന്,
ഒരു കുഞ്ഞു നുണ പറയാൻ,
ഒരു വലിയ സത്യം പറയാൻ...

എങ്കിൽ വൈകരുത്
ഒറ്റ നിമിഷമേയുള്ളൂ
ഒറ്റ ശരിയേയുള്ളൂ!
ഓർത്തും പേർത്തും ഭയന്നും
എതിര്കാലം കൂട്ടരേ?
ഉപ്പിലിട്ടു വയ്ക്കുന്ന കണ്ണിമാങ്ങ,
ഉണക്കി വച്ച കൊണ്ടാട്ടം,
ദശാബ്ദങ്ങളുടെ പ്രണയനഷ്ടം
പ്രതികാരത്തിന്റെ ഉമിത്തീ.

മാറ്റി വച്ച മോഹങ്ങളുടെ
ചരമം ആ നിമിഷം സംഭവിച്ചു!
അതിന്റെ ശ്രാദ്ധമല്ല ജീവിതം.
ജീവസ്സില്ലാത്ത ജീവൻ
മാറാപ്പാണ്.
ഹിംസയുടെ വഴികൾ
സ്വയമോ അപരമോ ആയാലും നികൃഷ്ടം.
നാളയെന്ന ശരിയിലും മിഥ്യയിലും മാഞ്ഞുപോകുന്ന
നമ്മൾക്കായി
എന്തിനിത്ര കാത്തിരിപ്പുകൾ! കുത്തിത്തിരിപ്പുകൾ.
മായമില്ലാത്ത മന്ത്രമില്ലാത്ത നിമിഷമാണ് മുഗ്ധമെ–
ന്നതു സത്യം.
ഭീരുവിനു ആയിരം ന്യായമുണ്ട്
ധീരതയ്ക്ക് ഒറ്റ വഴിയും.

നാളയുടെ സ്വപ്നങ്ങൾക്ക്
വഴി വെട്ടുമ്പോൾ ഓർക്കുക
ഇന്ന് എനിക്ക് കൈമോശം
വന്നിട്ടില്ലെന്ന്;
ആ നിമിഷമാണ്
ഞാനെന്ന്.

പേടി

അരൂപിയും അവ്യക്തവുമായ
ഒരുത്തിയോ ഒരുത്തനോ
വരുത്തനോ മറ്റെന്തോ
ചോദിച്ചു: എന്നെ അറിയുമോ?

ഇല്ലല്ലോ.

കൊട്ടും പ്രണയം മറന്നോടോ?

നേരാം വണ്ണം കാര്യം പറ,

അത്രയ്ക്കായോ നീ
ഞാനാണ് പേടി

പോടീ /പോടാ
കളിക്കുവാ
നീ എന്നെ പേടിപ്പിക്കല്ലേ

ഞാൻ അധികാരമാണ്!

ന്നാ കരുതിക്കോ
ഞാൻ ഇവിടത്തന്നെ ഉണ്ട്.

ഞായർ

ഇന്ന് ഞായറാഴ്ചയാണ്.
അതുകൊണ്ടെന്താണ്?
യുദ്ധം അവസാനിച്ചുവോ
വഞ്ചനയും കൊള്ളയും ഇല്ലാതായോ?
പിന്നെ എന്ത് ഞായർ
എന്ത് തിങ്കൾ!

ആദിബീജത്തിന്റെ പ്രയാണം
അവസാനത്തിന്റെ നിമിഷം തേടുകയോ?

എന്റെ മണ്ണിനും എന്റെ വിണ്ണിനും ഞാൻ അവകാശി.
നിന്റെ അവകാശി
നിൻ ജീവന്റെ കാലനും.

ചിലർക്ക് ചിലരുടെ നിലവിളിയേ
കേൾക്കുകയുള്ളൂ
ചിലർക്ക് ചിലരുടെ കൊലവിളിയും.

കരിഞ്ഞ കുഞ്ഞു ജീവനുകൾ
ചേറിൽ പുതഞ്ഞു ഞരങ്ങുമ്പോൾ
ആർത്തു നിലവിളിക്കുന്ന അശരണരായ അമ്മമാരുടെ
തോൽവി, ആരുടെ തോൽവി?

കെട്ടിപ്പൊക്കിയ ഔദ്ധത്യങ്ങളുടെ കൂട്ടുകൾ
തകർത്തെറിയുന്ന ശത്രു
ആരെയാണ് ജയിക്കുന്നത്.

ഓരോ മുറിയിലും കളികളുടെ ആവേശവും വിജയവും
കാണുന്ന അടഞ്ഞ ടെലിവിഷനിൽ നിന്നും
ഒഴുകിയ ചോര തുടച്ചു മാറ്റണം.
വെടിമരുന്നിന്റെ ഗന്ധം മാറാൻ
പൂവുകൾ വിരിക്കണം.

കരിഞ്ഞ ഭൂമി

ഞായറിൽ നിന്ന് ഞായറിലേക്കും വെള്ളിയിൽ നിന്ന്
വെള്ളിയിലേക്കും
ആഗോള ഗ്രാമത്തിന്റെ ജീവനുകൾ രക്ഷക്കായി
ഓടുമ്പോൾ എല്ലാം നിരർഥകമാണ്.

കൊട്ടിഘോഷിക്കുന്ന മതവും
വാനം ജയിക്കുന്ന ശാസ്ത്രവും
യുക്തിയുടെ ഇത്തിരി വെട്ടവും
സമത്വ പ്രത്യയ ശാസ്ത്രങ്ങളും.

ഒന്നായി തോൽക്കും വരെ
ആഴ്ചകൾ എണ്ണിക്കൊണ്ടിരിക്കാം.

അവസാനത്തെ ആയുധം
തീരും വരെ
ഭൂമിയെ ഉറക്കരുത്.

അക്ഷരം

അക്ഷരം പഠിക്കും മുമ്പേ
ഉറച്ചതാണീ ബോധം
അമ്പോറ്റിയായ്, ഉടയോനായ്
പടച്ചോനായ്, പേടിയായ്!
പാപമായ് പുണ്യമായ്
ശരിയായ് തെറ്റായ്
വെറുപ്പായ് വിദ്വേഷമായ്!

ആദ്യാക്ഷരമായ്
'അ' വന്ന നാൾ മുതൽ
ഇളകിയോ ആദ്യജ്ഞാനകൗതുകം?

പിന്നേയും വന്നു ചില അക്ഷരങ്ങൾ കൂട്ടക്ഷരങ്ങൾ
ആത്മമായ്, അമിതമായ്.

അന്യോന്യം എന്ന് മറക്കവേ
അന്യമാവുന്നോരോരാളും,
പരസ്പരം കൊന്നുതള്ളുമ്പോൾ
അരുതെന്നു തോന്നുവാൻ പറയാൻ
'അ' യുടെ അറിവുകൾ പോരാ
ഒപ്പം ജ്ഞാനവും വേണം.
കൂട്ടിച്ചേർത്തൊരജ്ഞാനം
വിശ്വാസം നാട് മുടിക്കവേ
അക്ഷരം കാട് കേറുന്നു.

വരികയെൻ കാരുണ്യമേ
ബുദ്ധനായ്, ദയയായ്
അവിദ്യയായ്, ജ്ഞാനമായ്.

അക്ഷരം പഠിക്കും മുമ്പേ
പഠിച്ചതൊക്കെയും മറക്കട്ടെ,
ആത്മബോധത്തിൻ ചോട്ടിലായ്
ആദ്യത്തെ വാക്കുകൾ മുളക്കട്ടെ

സാക്ഷി

ഞാൻ ഒന്നാം സാക്ഷി–
സർവത്തിനും കാലത്തിനും.

ഈ തെരുവ് എന്റേതാണ്
എന്റെ പേരിലാണ് സകലതും.

എന്റെ കാൽച്ചോട്ടിൽ
രാപ്പകലുകളിൽ നടക്കുന്ന
എല്ലാത്തിനും ഞാൻ മൂകസാക്ഷി.

തെരുവ് പ്രസംഗങ്ങൾക്കും
അശ്ലീലത്തിനും കച്ചോടത്തിനും
അസാന്മാർഗങ്ങൾക്കും
ഞാൻ മാത്രം സാക്ഷി.

കൊന്നവനും ചത്തവനും
എന്റെ കാൽക്കൽ
പൂവെറിഞ്ഞിട്ടുണ്ട്,
നമസ്കരിച്ചിട്ടുണ്ട്.

കാകൻ എന്റെ തലയിലും
ശ്ലുനകൻ എന്റെ കാൽക്കലും
കാഷ്ഠിക്കുന്നു.

ആൺപെൺ തൊഴിലാളികൾ
എന്റെ ചോട്ടിൽ കച്ചോടവും
ശരീരവും വൈകൃതങ്ങളും കൈമാറുന്നു.

മുതലാളിമാർ എന്റെ ചോട്ടിൽ
ക്വട്ടേഷൻ കൊടുക്കുന്നു
എന്റെ കാൽക്കൽ
വെട്ടിക്കീറിയ സത്യം
ഇരുളും കണ്ടിട്ടുണ്ട്.

കരിഞ്ഞ ഭൂമി

അക്കാണുന്ന കടത്തിണ്ണയിലാണ്
അഞ്ചു വയസ്സുകാരിയായ
ഊമക്കുഞ്ഞിനെ
അവൻ പിച്ചിച്ചീന്തിയത്.

കാഴ്ചകളെക്കുറിച്ച് ഇനിയും
ചോദിക്കരുത്.

മൗനമായി ഒക്കെയും സഹിക്കുന്ന എന്നെ നിങ്ങൾ
സ്നേഹിക്കുന്നുവോ!
അരുത്, അതെനിക്ക് അറപ്പാണ്.

ജീവനുള്ള നിങ്ങൾ എന്നെ പോലെ നിർവികാരമായി
ഇങ്ങനെ ഓരോന്നും കാണുന്നു.
യുദ്ധവും സമാധാനവും എന്റെ
മുന്നിൽ കളിച്ചു കൂട്ടുന്നു.

ഒന്നു പറയാം:
നിങ്ങൾ
ഒരു പ്രതിമയാവാതിരിക്കുക.
മരണം കൊണ്ട് തീരേണ്ടവ
അവിടെ തീരണം.

തെരുവുപ്രതിമയായ എനിക്ക്
മോക്ഷത്തിനായി കൊടുങ്കാറ്റോ
പ്രളയമോ യുദ്ധമോ വേണ്ടി വരും
മറിഞ്ഞു വീണു നശിക്കാൻ.

അല്ലെങ്കിൽ കൊടുംവർഗീയ വിഷങ്ങൾ തെരുവിൽ
കുമിഞ്ഞു താണ്ഡവമാടേണ്ടിവരും
പൊടിഞ്ഞ കോൺക്രീറ്റായി വീഴാൻ.

അരുത്,
അങ്ങനെയൊന്നും സംഭവിക്കരുത്.
ഞാൻ സഹിച്ചോളാം, മൂകമായി.

അത്രമേൽ ഞാൻ നിങ്ങളെ സ്നേഹിക്കുന്നു.

പക്ഷേ,
നിങ്ങൾ ഇത്രയ്ക്കു നികൃഷ്ടരോ നിർലജ്ജരോ
നിർവികാരരോ ആകരുത്.

നിങ്ങൾ പ്രതിമകൾ
ആവരുത്.

ഞാറ്റുവേല

ഞാറ്റു വേലയ്ക്കു മോഷ്ടിക്കാൻ
കുരുമുളക് വള്ളികൾ
കണ്ടുവച്ചിരുന്നു–
സാമൂതിരിയുടെ നാട്ടിൽ
ചരിത്രം ആവർത്തിക്കാൻ!

നേഴ്സറിയിൽ കിട്ടാഞ്ഞിട്ടല്ല
മോഷണമാണ് ട്രെൻഡ്.

ന്യൂനമർദങ്ങളിൽ പൊട്ടിയൊലിച്ച അകാലമഴ പോട്ടെ,
ഞാറ്റുവേല വരട്ടെ.

മരയ്ക്കാരുടെ പഴയ പറമ്പിലെ
തേക്ക് മരത്തിലെ കൊടി മോട്ടിക്കണം.

ഞാറ്റുവേല വന്നു,
നീറ്റലിന്റെ പകലുകൾ...
എങ്കിലും ഞാറ്റുവേലയല്ലേ
സാമൂതിരിയുടെ അഭിമാനം.

പിച്ചാത്തിയുമായി നടക്കാനെന്ന വ്യാജേന
മരയ്ക്കാർ തൊടിയിലെത്തി.
മരമില്ല, കൊടിയുമില്ല.
തേക്ക് കുറ്റിയിൽ
ഉണങ്ങിച്ചുരുണ്ട
കുരുമുളക് വള്ളി പറഞ്ഞു:
'എടോ ന്യൂനമർദത്തിൽ
തേക്കുമരം മോഷണം പോയി,
ഒപ്പം ഞാറ്റുവേലയും'

അടക്കാനാവാത്ത സങ്കടത്തിൽ
ഓർത്തു, ആരാവും, സായിപ്പോ?

അടുത്ത രേവതി പട്ടത്താനത്തിനു ചോദിക്കാം.

പന്ത്

ഉരുണ്ടുരുണ്ട്
ഭൂമിയായും
ആകാശഗോളമായും
ഹൃദയമായും
പന്താടുന്ന ഭ്രാന്താണ് പന്ത്!

വക്കും മൂലയും പ്രതലവുമില്ല,
നിന്റേതും എന്റേതുമില്ല,
സമസ്തവും ആവാഹിച്ച
ചലനം..
പ്രാണന്റെ പൂർണ്ണഭ്രമണം...

ചെപ്പും പന്തും പോലെ
വിസ്മയത്തിന്റെ മായികമല്ലാത്ത
പാദവും പന്തും ചേരുന്ന
ചടുലാവേഗത്തിന്റെ നൃത്തം.
സംഗീതത്തിന്റെ,
താളത്തിന്റെ
ഇടവേളപോലെ നിശ്ചലതകൾ.
ഓരോ ജീവനും
ഓരോ ശ്വാസവും
ഓരോ നിശ്വാസവും
ഒറ്റ ബിന്ദുവിലേക്ക്.
പ്രചണ്ഡമായ പ്രവാഹവും
ജയാരവങ്ങളും
ഒറ്റ ബിന്ദുവിലേക്ക്..
പരാജയവും
മൗനവും
ഒറ്റ ബിന്ദുവിലേക്ക്...

സർവവും ഇല്ലാതാവുന്ന
സർവവും നിറയുന്ന

ഒരേയൊരു ബിന്ദുവിലേക്ക്.

പൊട്ടിവിടരുന്ന ഹർഷങ്ങളുടെ
തിരമാലകളുടെ ആരവങ്ങളിൽ
ഒരേയൊരു ഉന്മത്തലയനം;
ചടുല താണ്ഡവം!

കാൽപ്പന്തേ, നീ കവിതയാണ്.

അതിരുകളില്ലാത്ത
കൊടിക്കൂറകളും
തോരണങ്ങളും തീർക്കുന്ന
ഉന്മാദതരംഗമാണ്; മതമാണ്.
ഹൃദയത്തിൽ നിന്ന് ഹൃദയത്തിലേക്ക് ഉരുളുന്ന
പ്രപഞ്ചഗാത്രമാണ്.

ഒരു കവിതയും ഇല്ലാതാവുന്നില്ല

തീരങ്ങൾ വിജനമാവുമ്പോൾ
കവിയുടെ ആത്മാവ്
ഏകാന്തതയുടെ തുരുത്തിൽ നിന്ന് നനഞ്ഞ മണലിൽ
ഇറങ്ങും.
വിണ്ടു കീറിയ പാദങ്ങളിൽ
ഉപ്പിന്റെ നീറ്റലറിയും
വേദനയുടെ സുഖവും.

പൂഴിമണ്ണിൽ ഹരിശ്രീ കുറിക്കും.
അരൂപികളായ നർത്തകിമാരുടെ
ചിലമ്പൊലിക്കായി കാതോർക്കും.
നുരയുന്ന പാദസരങ്ങളുടെ
കിലുക്കം അനന്തതയായ് മായും.
പദവിന്യാസങ്ങളുടെ
സമൃദ്ധിയിൽ
കടൽ ആർത്തുവിളിക്കും
പൊട്ടിച്ചിരിക്കും, കരയും.
കൂറ്റൻ തിരമാലകൾ
ഊർജം നിറച്ച കുതിച്ചെത്തും.
വൃഥാ എന്ന് ശബ്ദിക്കും,
തിരിച്ച പോവും.
സംഭ്രമം നിറഞ്ഞ കവിതകൾ
പ്രചണ്ഡമായി മുഴക്കും.
ഏകാന്ത ഗായകൻ ചക്രവാളത്തിന്റെ ഇരുളിൽ
നാദമായി മറഞ്ഞിരിക്കും.
സമഞ്ജസമായ ഈ സന്ധ്യ
കാവ്യരസാനുഭവങ്ങളുടെ
മോക്ഷഭൂമികയാണ്.
ഒരു കവിയും ഇല്ലാതാവുന്നില്ല,
ഒരു നർത്തകിയും ഇല്ലാതാവുന്നില്ല,

ഒരു സംഗീതവും നശിക്കുന്നില്ല.
അദൃശ്യമായ ആദിരൂപങ്ങൾ
ആദിസ്വരങ്ങൾ...

വരൂ, ചുടല നൃത്തത്തിന്റെ
ആവേഗം പോലെ
ഈ തീരത്തിന്റെ അനശ്വരതയിൽ
തീവ്ര ഏകാന്തതയിൽ
മൺചിരാതുകളുമായി
അവനവനെ തിരയുന്ന
കാവ്യരൂപങ്ങളെ
ഒന്നു കാണാം, കേൾക്കാം.

ആവനാഴി ശൂന്യമാണ്

ഇനിയവശേഷിക്കുന്നത്
അസംബന്ധാസ്ത്രങ്ങളാണ്.
അവ വന്നു വീണതാണ്
കരുതിവച്ചതോ
തൊടുക്കുന്നവയോ അല്ല.

യുദ്ധമേ അസാന്മാർഗികമാണ്,
അത് സംഭവിച്ചു കൊണ്ടിരിക്കും!
ഓരോന്നും മറ്റൊന്നാവാൻ
മറ്റൊരു വഴി!
ചാക്രികസത്യങ്ങളുടെ അനിവാര്യമായ കനൽവഴി.

പിടയുന്ന ജീവനും
കത്തുന്ന ഭൂമിക്കും മീതെ കബന്ധമാകാത്ത ജീവനുകൾ
അപമാനിക്കപ്പെടുകയോ?
ഏതു ജയത്തെക്കുറിച്ചാണ് നിങ്ങൾ ഊറ്റം കൊള്ളു
ന്നത്?
സോദരിമാരുടെ നഗ്നതയും
ആയുധമാവുന്ന കാലം
സർവനാശത്തിന്റെ പടിക്കലാണ്.
ഔചിത്യശൂന്യമായ തർക്കങ്ങൾ
അസംബന്ധങ്ങളുടെ വിത്തുകൾ.
മുളച്ചും പുളച്ചും
തേരകപ്പുല്ലുകൾ വളരും.

എന്റേതെന്റേതെന്നു പറയുന്ന നീ
ആരുടേത്?
നിന്നിലെ നീ ഭീരുവാണ്
എന്നിലെ ഞാനും.

ജീവൽസത്യങ്ങളിലെ ഇരയല്ല
അന്യോന്യം വേട്ടയാടുന്ന

നീയും ഞാനും.

കണ്ണാടി
അവനവന്റെ മുഖത്തിനു നേരെ
പിടിക്കൂ..
എന്തശ്ലീലമാണ് ആ ക്രൗര്യം!
എത്ര അരോചകം ആ നാട്യം!
നിന്റേയും എന്റേയും വിജയം
അസംബന്ധനാടകത്തിന്റെ
അവസാന രംഗമാണ്,
ഈ അസ്ത്രങ്ങൾ പോലെ.

ഞാനപേക്ഷിക്കുന്നു:
ഈ വില്ലും ഈ ആവനാഴിയും.
മണ്ണിന്റെ മാറിലെ
ചരാചരങ്ങളേ,
എന്നോടൊപ്പം ചേരുക.

കുതിപ്പ്

അവരോഹണങ്ങൾ എണ്ണിയെണ്ണി ശൂന്യമാവു
മ്പോൾ
ഒരൊറ്റ കുതിപ്പാണ്.
അഗ്നിഗോളങ്ങൾ പിറകെ തള്ളി
കുളിർകാറ്റും വൃക്ഷത്തലപ്പുകളും
ഞൊടിയിടയിൽ കടന്നു
ആകാശം കീറി അട്ടഹസിച്ച്
കുതിപ്പെന്ന ഞാൻ കുതിക്കുകയാണ്.

എന്ത് പ്രാന്താ ചങ്ങായി
എന്ന ഭാവം എനിക്ക് വായിക്കാം
ഞാൻ എന്നെ പറ്റിയാണ് പറയുന്നത്.
മറ്റൊന്നും പറഞ്ഞു കൂടാത്ത കാലത്ത് മറ്റാരെപ്പറ്റി
പറയാൻ.

നിലനില്പിന്റെ കയങ്ങളിൽ നിന്ന്
ദുഃഖത്തിന്റെ ഭാണ്ഡം പേറുന്ന
സഹാനുഭൂതിയുടെ
പരിഹാസം ഇനിയറിയില്ല.
ജൈവബോധത്തിന്റെ നീറ്റലുകൾ ഉണ്ടോ
എന്ന് തൊട്ടു നോക്കട്ടെ.

ഏതു കുതിപ്പിലും
അതുള്ള പോലെ ഓരോന്നും അറിയുന്നുണ്ട്.
മേഘപാളികൾ തുളച്ച്
ആകാശത്തിന്റെ ഇല്ലാത്ത
സീമകൾ കടന്നു നിശ്ശൂന്യതയുടെ നിറവിലേക്കു
ഇനി ഈ നിമിഷങ്ങൾ!

ഇവിടെ ഞാൻ സർവവും ഉപേക്ഷിക്കും,
സർവവും മറികടക്കും.
എന്റെ നീണ്ടുകിടക്കുന്ന

പൊക്കിൾക്കൊടി പൊട്ടിച്ചെറിയും!

എന്നിട്ടും വലംവയ്ക്കുന്ന ഞാൻ
അമ്മയെ ചുറ്റിക്കളിക്കുന്ന
കുട്ടിയാണ്.
ക ഖ ഗ ഘ എഴുതുന്ന
കനകലതയുടെ കുട്ടിയുടെ
സ്വത്വമാണ്.

എന്തിനെന്തിനാണ്
ഈ കുതിപ്പെന്ന് ആർക്കറിയാം.
ശൂന്യതയുടെ നിറവിലും
ഈ ചോദ്യമോ?

ശരിയാണ്
എന്റേത് കുതിപ്പായിരുന്നില്ല,
കുറ്റബോധങ്ങളുടെ കിതപ്പാണ്,
നിസ്സഹായതയുടെ കനവുകളാണ്.

ബോധത്തിൽ നിന്ന് ബോധത്തിലേക്ക് എന്തു കുതിപ്പ്!
കുളിരുണ്ട്,
മഞ്ഞുണ്ട്,
ഇന്നലത്തെ മഴയുടെ
നനവുണ്ട്.
തൽക്കാലം ഞാൻ
ഈ കുളിരിലൂടെ
ഇളംകാറ്റേറ്റു കുതിക്കട്ടെ.
അല്ല,
നടക്കട്ടെ.

പറവകൾ എന്റെ കവിതകളാണ്

പറവകൾ കവിതകളാണ്
അല്ലെങ്കിൽ
എന്റെ കവിതകൾ പറവകളാണ്.

വടിയിൽ കെട്ടിയ
പഴവർണത്തുണിക്കു
പിറകെ നടക്കുന്ന
താറാവു പറ്റങ്ങളല്ല.
എറിഞ്ഞു കിട്ടുന്ന
ദോശക്കഷണത്തിൽ
സർപ്പദൃഷ്ടിയിടുന്ന കാക്കകളല്ല.
ബലിപിണ്ഡങ്ങളിലേക്കു കൈകൊട്ടിവിളിക്കാൻ
മരക്കൊമ്പിൽ കാത്തിരിക്കുന്ന
ബലികാക്കകളുമല്ല.
ഇത്തിരിപ്പൂവിന്റെ പ്രണയം നുകരുന്ന സൂചിമുഖിക
ളാണ്.
നിറവർണങ്ങളുടെ സമഞ്ജസമായ പഞ്ചവർണ,
ബഹുവർണ പക്ഷികളാണ്.
ആകാശത്തിന്റെ അനന്തതയിലേക്കു
പറന്നുയരുന്ന പരുന്തുകളാണ്.

സൂര്യപഴത്തിലേക്കു പറന്ന്,
കരിഞ്ഞു വീണാലും
അതിസുന്ദരനായ
അരുണനെപ്പോലെ
മറുസൂര്യനായി തിളങ്ങുന്ന
ലോകം വേണമെനിക്ക്.

മാളങ്ങളിൽ പതിയിരിക്കുന്ന
വിഷജന്മങ്ങളെ ചിറകൊച്ചയിൽ
വിറപ്പിക്കുന്ന

കരിഞ്ഞ ഭൂമി

മഹാഗരുഡനെപ്പോലെ
ഈ ചക്രവാളം എനിക്ക് വേണം.

അരിഞ്ഞു വീഴ്ത്തിയ ചിറകിന്റെ
ഇറ്റുവീഴുന്ന ചോരത്തുള്ളികളിൽ
എനിക്കെന്റെ മുഖം കാണാം.
ഒറ്റച്ചിറകിന്റെ കരുത്തിൽ
പോരാട്ടത്തിന്റെ മിന്നൽ പ്രവാഹമുണ്ട്,
ദുന്ദുഭിയുടെ പ്രചണ്ഡതാളത്തിൽ
ആകാശം പിളരുന്ന സ്ഫുലിംഗങ്ങളുണ്ട്,
ചോരമഴയുടെ ശുദ്ധിയുണ്ട്,
വിദ്യുത് പ്രവാഹത്തിന്റെ
നിറലഹരിയുണ്ട്.

ആയിരം പീലി വിടർത്തി
ആയിരം പത്തി വിടർത്തി
കാടും മേടും മലയും നിറഞ്ഞു
മയിലുകൾ താണ്ഡവമാടട്ടെ.

കവിതകൾ
ആഴിയുടെ അഗാധതയ്ക്കു മേലെ
പറക്കുന്ന കടൽക്കാക്കകളാണ്.
മലമുഴക്കുന്ന വേഴാമ്പലുകളാണ്

കാട്ടുതീയുടെ ചിറകുവിരിച്ച
ഈരേഴു പതിന്നാലു ലോകത്തേക്ക് ചിറകു പടർത്തി
പാതാളത്തിൽ കാലൂന്നി
അനന്ത വിഹായസ്സിലേക്കു
പറന്നുയരുന്ന പറവകളാണ്
കവിതകൾ.

നിന്ദിത പീഡിത ജന്മങ്ങൾക്കു
തണലേകാൻ,
മഹാമാരിക്ക് മുകളിൽ
ഗോവർധനം പോലെ വിരിഞ്ഞു നിൽക്കാൻ
കവിതയുടെ ഒറ്റച്ചിറകു
വേണ്ടുവോളമാണ്.

മതിലുകൾ

അശ്ലീലമെഴുതിയില്ലെങ്കിലും
വരച്ചില്ലെങ്കിലും
മതിലുകൾ അശ്ലീലങ്ങളാണ്!
ഒന്നിനെ രണ്ടാക്കിയും
രണ്ടിനെ നാലാക്കിയും
പലതാക്കിയും
നീണ്ടും ഉയർന്നും വളരുന്ന
മതിലുകൾ
അശ്ലീലത്തിന്റെ കാവൽക്കാരാണ്
ആഭാസത്തിന്റെ സംരക്ഷകരാണ്.

മതിലിനും മതിലിനുമിടയിൽ
കെട്ടു പുഴുത്ത ഗന്ധം
ആകാശവും ദുസ്സഹമാക്കുന്നു.
മൂടിവച്ച ഉച്ഛിഷ്ടങ്ങളും
വിസർജ്യങ്ങളും
മതിലിന്റെ സമ്പാദ്യങ്ങളാണ്.

പൊത്തുന്ന നാസികയും
ചിമ്മുന്ന കണ്ണുകളും
കെട്ടുന്ന കൈകളും
മതിലുകളാണ്.

മതിലുകൾ തീർക്കുന്ന
ഭീരുവിനെപ്പോലെ
മലിനമാക്കുന്ന മനസ്സുപോലെ
മറ്റൊരശ്ലീലവുമില്ല.

കാവൽ നായ്ക്കൾ
സദാ ജാഗരൂകരാണ്,
ഒടിയുന്ന വാഴയിലയും
പാത്തു വരുന്ന ശത്രുവും
അവർക്കൊരുപോലെയാണ്,

"കര തന്നെ കര"

മതിലുകൾ സദാചാരമാണ്,
ഭക്തിയുടെ തരംതിരിവുകളാണ്.
മനുഷ്യനും മനുഷ്യനുമിടയിലെ
അസംബന്ധ നൈതികപിണ്ഡം.

കാരാഗൃഹത്തിന്റെ നിസ്സംഗതപോലെ
നിഴലിന്റെ നിശ്ശൂന്യത പോലെ
മനസ്സു നിറയെ വളർന്ന
വന്മതിൽ പുറ്റു പോലെ
ഈ തകർക്കാനാവാത്ത
അശ്ലീലത്തിന്റെ തണുത്തുറഞ്ഞ
ക്രൗര്യ ദാർഢ്യത്തിന്റെ
കൊട്ടംശിലാ ശ്രേണികൾ
പൊളിക്കുവതെങ്ങനെ?

നോക്കുകുത്തി

നെല്ലില്ല, വെള്ളരിപ്പാടങ്ങളില്ല.
തരിശു വയലിൽ നമുക്കുള്ളത്
നോക്കുകുത്തിക്കൃഷിയാണ്!
പഴയൊരു പാന്റും മുഴുക്കയ്യൻ
കുപ്പായവും ഒരു മൺകലവും
ഇത്തിരി കരിക്കട്ടയും ചാക്ക് നൂലും ചുണ്ണാമ്പോ
കളറോ,
പോരാ, അകത്തു നിറക്കാൻ
വൈക്കോൽ വേണ്ടേ?
അതാര് തരും, എവിടെ കിട്ടും?
കണ്ണേറിനും കാക്കയ്ക്കും
പ്രാവിനും ആനയ്ക്കും പന്നിക്കും നോക്കുകുത്തി,
"കരിങ്കണ്ണാ ഠോ"പഴകിപ്പോയി.
സൈബർ പാടങ്ങളിലെ
തെറിവീരന്മാരോട് ചോദിക്കാം.
അവിടേയും വേണ്ടേ നോക്കുകുത്തികൾ.
നോക്കുകുത്തിക്കൃഷി
ലാഭകരമാണ്.
വൈക്കോൽ വേണ്ട,
മദ്യപനറിയാതെ
കുടി നിർത്തിക്കുംപോലെ ആരേയും നോക്കുകുത്തിയാ
ക്കാം.
ഓർക്കുക
നോക്കുകുത്തിക്കൃഷി
ലാഭകരമാണ്, രസകരമാണ്.

കൊയ്ത്തുപാടങ്ങളിൽ
വഴിയിൽ, വഴിയോരങ്ങളിൽ
നോക്കുകുത്തികൾ നിറയുന്നു.
നിറപ്പകിട്ടാർന്ന
നോക്കുകുത്തികൾ!
നിർവികാരമായ് നിസ്സഹായരായ്

കൺതുറിച്ച നാക്കു നീട്ടി
നടക്കുകയുംഓടുകയും
പ്രസംഗിക്കുകയും ചെയ്യുന്ന
ജീവനുള്ള നോക്കുകുത്തികൾ.
നോക്കുകുത്തിക്കാരന്റെ അശ്ലീലം
വാക്കുകളിൽ വരികളിൽ
സൈബർ പാടങ്ങളിൽ
ആസ്വദിച്ചു രസിക്കുക.

വിത്തു കുത്തി തിന്നുന്ന
വെറും നോക്കുകുത്തികളിൽ
എന്റെ ഛായ കണ്ടിട്ടും
എനിക്ക് ചിരിയില്ല
കരച്ചിലില്ല, രോഷമില്ല.
അത്രക്കത്രെ നിസ്സഹായത
നോക്കുകുത്തികൾക്കു മാത്രം!
നാടാകെ മേഞ്ഞു നടക്കുന്ന
കാട്ടാന, സൂകര സൃഗാല വാനര
സംഘങ്ങൾക്ക് കാഴ്ചക്കാരായി
നോക്കുകുത്തിക്കൃഷി വ്യാപകമാക്കുക.
നോക്കുകുത്തികൾ തമ്മിൽ
പോരും കലഹവും കോവിഡും
മത ജാതി വിദ്വേഷവും ഉണ്ടത്രേ!

അതൊക്കെ നാട്ടു നടപ്പല്ലേ?

ഓ, ഇനിയെന്ത് നോക്കാൻ
നോക്കുകുത്തി കൃഷി വ്യാപകമാക്കുക.
"കരിങ്കണ്ണാ ഠോ"

ചരക്കു വണ്ടി

ആചാരങ്ങളിൽ ചാരിയിരുന്ന്
നരച്ച കക്ഷം ചൊറിഞ്ഞും
മുഖം കോട്ടിയും
വിരൽ വിറപ്പിച്ചും
തലരോമങ്ങൾ മറച്ചും
താടിരോമങ്ങളെ താലോലിച്ചും
കണ്ണുകളടച്ച് കൈകൾ
ആകാശത്തേക്കുയർത്തിയും
എത്രകാലം ഈ സദാചാര
സമ്മിശ്രങ്ങൾ കല്പനകൾ
പുറപ്പെടുവിക്കും.
ഭക്തിയും വിഭക്തിയുമില്ലാതെ
ആരേയും ഭക്തരാക്കുന്ന
തൂങ്ങിയ ചുമലുകളും
വാർധക്യത്താൽ ചീർത്ത
കൺതടങ്ങളും എത്ര ഹീനമായാണ് നിങ്ങളെ
നോക്കുന്നതെന്നു നോക്കൂ.
കടൽക്കിഴവന്മാരുടെ ആസ്ഥാനങ്ങളിൽ
ആചാരങ്ങളുടെ കല്പനക്കായി
കാത്തു നിൽക്കുന്നവരെ കണ്ടോ?
ഒന്നിനെ രണ്ടാക്കാനും
രണ്ടു നാലാക്കാനും
കറുപ്പും വെളുപ്പും
എന്റേതെന്നും നിന്റേതെന്നും
എത്രയെത്ര ഊടുവഴികൾ.
ധീരന്റെ ധീരത പോലെ
വങ്കന്റെ വങ്കത്തരങ്ങളും
വാഴ്ത്തപ്പെടും.
പാവം ദൈവത്തിന്റെ അക്കൗണ്ടിൽ കാണിക്കയിൽ
പാപത്തിന്റെ നികൃഷ്ടത നിറക്കുന്നവർ
സ്വയം ഗുരുവായ് അരചനായ്
സചിവനായ് കാവലാളായ്

ആയുധം മനസ്സിലേന്തുമ്പോൾ
വലയിൽപെട്ട പ്രാണിയുടെ
പിടച്ചിൽ പോലെ
അനുയായികളുടെ
നിസ്സഹായത പോലെ
കാലം കുതിച്ചു കൊണ്ടിരിക്കും.
ഛുകി പായുന്ന മാലിന്യം
നിറച്ച ചരക്കു വണ്ടി പോലെ

ഞാൻ എവിടെ

നിർഭയമായ ഏകാന്തത
എന്നെ ഭയപ്പെടുത്തുന്നു!
എന്നെ നടുവിൽ നിർത്തി
എനിക്കെതിരെ വന്ന വിസ്മയം
നിശ്ചല മാരുതൻ പോലെ
ഉറ്റു നോക്കുന്നുവോ?
കേട്ടിട്ടില്ലാത്ത നിശബ്ദതാളം
എന്നെ ഏറ്റെടുക്കുന്നുവോ?

പ്രചണ്ഡവും പ്രാകൃതവുമാണ്
എന്റെ പ്രാണൻ.
വ്യാനനും അപാനനും
പിന്നെ സർവരും.
രൗദ്രമായ നിറക്കൂട്ടുകളിൽ
എനിക്കെന്റെ മുഖം കാണാം.
തോറ്റം പോലൊരു രോദനം
ആദിയുടെ സംഗീതമാണ്.
നിലവിളിക്കുന്ന നിലവിളക്കുകൾ
കത്തിക്കൊണ്ടേയിരിക്കും.
അറിവിന്റെ മുഗ്ധമായ
കെടാവിളക്കുകൾ.

നിശ്ചല മൗനങ്ങൾ
ജീവന്റെ സംഗീതമാണ്.
തപിക്കുന്ന രാപ്പകലുകളിലും
പെയ്തൊലിക്കുന്ന മഴയിലും
ഞാൻ എന്നെ കണ്ടെത്തിയിരിക്കുന്നു.
പിടി തരാത്ത ഞാൻ
എനിക്ക് പിറകെ ഓടുമ്പോൾ
നിങ്ങൾ എന്തുകൊണ്ട്
എന്നെ വിളിക്കുന്നില്ല
ഭ്രാന്തനെന്ന്?

ഒടിഞ്ഞ വില്ല്

ഞാൻ കൊടുംരാക്ഷസൻ,
കംസനെക്കാൾ ഹിരണ്യനെക്കാൾ
നൃശംസൻ.

എന്റെ ഭയം പോലെ
മറ്റൊരു ഭയവുമില്ല,
എന്റെ ഹൃദയം പോലെ
മറ്റൊരു ഹൃദയവുമില്ല!

രാവണൻ ബോറടിച്ചപ്പോൾ
സീതേടത്തിയെ കൊണ്ടുപോയിരിക്കാം.
അവിടെക്കൊരു പോറലും പറ്റാതെ
നോക്കിയില്ലേ, ഭദ്രമായെല്ലാം.

ഒപ്പം നിൽക്കാൻ എതിരാളിയൊരുത്തൻ
ഏതു ധീരനും ധിഷണയ്ക്കും
തീവ്രമാം ചോദനയല്ലോ?
രാമ രാമ പാഹിമാം

അമിതമാം സൗഭാഗ്യങ്ങൾ
രാമന് സൗഖ്യമോ ദുഃഖമോ?

രാമോ, അങ്ങ് ഉത്തമൻ തന്നെ.
ലക്ഷ്മണന്റെ കുരുത്തക്കേടും
വിധേയനാം ഭരതനും
അങ്ങയ്ക്ക് നേരംപോക്ക്.
ചെറിയമ്മതൻ പിടിവാശി
അങ്ങേയ്ക്കും പ്രിയമായെന്നോ?

ആർക്കു വേണമീ രാജ്യം
ഈ സാമ്രാജ്യ ഭാരം.
കാനനം പോലെ കൗതുകം

മറ്റെന്തുണ്ടീ ഭൂമിയിൽ!
മാരീചനോ താടകയോ
പോലൊരു നാടകം വേറെന്തുണ്ട്?
വാനരക്കൂട്ടം പോലൊരു
സൗഹൃദം മറ്റെന്തുണ്ട് കൂട്ടരേ?
പാലവും റോഡും തീർക്കും
കൂട്ടായ്മയാണ് ജീവിതം.
ഹനുമാൻപോലൊരു ഭക്തന്റെ
സ്നേഹം പോലെന്തുണ്ടിവിടെ?

രാവണാ നന്ദിയുണ്ടേറെ
കട്ടയ്ക്ക് കട്ടയായല്ലോ?
തോറ്റിട്ടില്ല നീ പ്രിയ തോഴാ
ആദരിക്കട്ടെ നിന്നെ ഞാൻ.

എന്നും പ്രിയമാണെനിക്ക്
എന്റെ എന്റെയീ പ്രജകളെ,
പാവമെൻ പത്നിയെ പോലെ
മറ്റൊരുത്തിയുണ്ടോ ഉലകിൽ?
ഒന്നിനും വേണ്ടിയല്ലാതെ
എല്ലാം നഷ്ടമായവൾ!

മക്കളേ, പൊറുക്കുക
രാജ്യമെന്നാൽ പ്രജയാണ്,
ഭരതനെ കാണുക പഠിക്കുക.

യാഗാശ്വങ്ങൾ പോയെന്നാലും
അധികാരം ഒന്നുമല്ലെന്നു
കാലം പറയുമോരോ കാലവും.

ഒടിഞ്ഞ വില്ലാണെന്റെ ഭാഗ്യവും
നിർഭാഗ്യവും!.
അതൊക്കെ
പറയാനറിയാൻ

രാക്ഷസ ജന്മം
എന്നും കൂടെയുണ്ടാവണം
രാക്ഷസൻ ദൈവമാകുമ്പോൾ
ദൈവങ്ങൾ ഭക്തരാവണം.

ആയുധം

വല്ലഭനു പുല്ലും ആയുധം,
ദുർബലനു പുൽക്കൊടിയും പ്രതീക്ഷ.
വല്ലഭർ ആയുധമേന്തുമ്പോൾ
ദുർബലർ പുൽക്കൊടി തേടും
കണ്ണിലെ കരടെടുക്കാൻ,
പല്ലിടയിൽ കുത്തി വേദനിക്കാൻ.
വല്ലഭകൾ അഴിച്ചിട്ട മുടിയിൽ
വല്ലഭൻ പൂവ് തേടി പോവും.
ചോര പുരണ്ട മുടിക്കെട്ടിൽ
വല്ലഭൻ മടക്കി അയക്കപ്പെടും.
അയാൾ പുൽക്കൊടി തേടി പോകും
ചോരപുരണ്ട ആയുധങ്ങളിൽ
പുല്ലും പുച്ഛവുമുണ്ട്.
ഹേ കിഴങ്ങാ,
നീ ഒരു പുല്ലനാണ്.
ഞാൻ പൂവും.
വല്ലഭന്റെ ആയുധം തോൽക്കുന്നിടത്തു
വല്ലഭ പറയും,
പൂവ് വേണ്ടാരുന്നു,
പുല്ല് മതി.
വല്ലഭൻ വീണ്ടും പുല്ല് തേടി പോകും.
ആയുധത്തിനല്ല
അലച്ചിലായി, കരച്ചിലിനായി!

ഭീരു

ഭയമെന്തെന്നറിയും മുമ്പേ
അതിനടിമായെയൊരാൾ ഞാൻ.
ഭയ ഭവ ഹരോ ചൊല്ലിയും
അർജ്ജുന ഫൽഗുനോ ജിഷ്ണു
ഉരുവിട്ടും
കണ്ണടച്ചും തുറന്നും
ഭയമാവാഹിച്ചൊരുത്തൻ
ഉറങ്ങിയുമുണർന്നും കരഞ്ഞും
ഭയത്തിൻ സ്ഥാനപതിയായെന്നോ?

വടിയെന്നാൽ പേടിയാണെന്നും
പേടിയെ തളക്കാൻ ആവതില്ലെന്നും
പലമാതിരി ബോധ്യമായെയൊരാൾക്കു
അവനവൻ കക്ഷിയും സാക്ഷിയും.

അച്ഛനായ് അമ്മാവനായ്
ഹിരണ്യകശിപുവായ് കംസനായ്
ഭയമായ് അരിച്ചു കേറിയ കാലം
മറ്റൊന്നുമറിഞ്ഞില്ല, പറഞ്ഞില്ല.

ഉരഗമായി സ്വപ്നങ്ങളിൽ
ജാഗ്രത്തിൽ ക്രൗര്യമായ്
ദംഷ്ട്രമായ് നികൃഷ്ടമായ്
വേട്ടയാടിയ ഭീതിയെ
എന്നോ മറന്നു ഞാൻ
എന്നേ കളഞ്ഞു ഞാൻ.

ഒന്നൊന്നുമില്ലാത്ത കാലത്തെ
പേറുമാ ഭയരൂപത്തെ, യിന്ന്
ഞാൻ കാൺമൂ മുന്നിൽ
നിർവികാരമായ്,
ഘോരമാം ശൈത്യം നിറയും

ഓരോ സിരയിലും
രോമകൂപത്തിലും.

ഭീരുവിൻ രോദനം പോലെ
പങ്കിലം അധികാരങ്ങൾ.

എന്തിനു ഭയക്കണം
മൗനമായിരിക്കുക.
മൗനമായ് ഊർജം നിറയും
നാളേക്കായ് കാത്തിരിക്കുക.

ഒരു ഭീരുവുമിന്നോളം പറഞ്ഞില്ല
പേടിയാണെനിക്കെന്ന്.

ആയതിനാൽ പേടിക്കണം
ഭീരുവിൻ നാട്യങ്ങളെ
ഭീരുവിൻ ഭരണത്തേയും
ഭീരുവിൻ സ്നേഹത്തേയും.

കള്ളി

തരിശുകാലത്തെ കവിതയാണ് കള്ളിച്ചെടികൾ.
മേനിയിൽ മുള്ളു വളർത്തി
മനസ്സിൽ സൗന്ദര്യം വളർത്തി
സുരക്ഷയിൽ കാലൂന്നി
വരിക കാലമേയെന്നോതി
നിലകൊള്ളുന്ന സൗന്ദര്യമില്ലാത്ത ചെടികൾ!

കള്ളിക്കു കാപട്യങ്ങളില്ല
കള്ളന്മാരോട് സന്ധിയുമില്ല
മേനിതൊടാനും തലോടാനും
ഒരുത്തനും വരേണ്ടെന്നോതി
നിവർന്നു നിൽക്കുന്ന കള്ളി.

ഏതു മഴയ്ക്കും കൊടുങ്കാറ്റിനും
ചുടുവേനലിനേയും കൂസാത്ത
സായുധമേനി നിറഞ്ഞ
ദൃഢബോധത്തിന്റെ മനസ്സ്.

മരുഭൂവിലേക്കു നടക്കുന്ന കാലം
ഞങ്ങളുടെ കാലമാണ്.
നിങ്ങളുടെ കാരുണ്യമോ
വളമോ വെള്ളമോ ലാളനയോ
വേണ്ടാത്ത ഏകാന്ത ജീവിതം.

നേരിന്റെ യാഥാർത്ഥ്യങ്ങൾ
ജീവിതം കൊണ്ട് കാട്ടിത്തരാം.

ഈ മേനിയിൽ പൂക്കുന്ന
വെളുപ്പും ചുവപ്പും പലനിറത്തിലുമുള്ള പൂവുകൾ
കണ്ടു നിന്നാൽ മതി.
തൊടാതെ വന്നു തേൻ കുടിച്ചു
പോകുന്ന വണ്ടുകൾക്കു സ്വാഗതം.

ഞങ്ങൾ കാത്തിരിക്കും
വരണ്ട കാലത്തിനായി
നിങ്ങളൊക്കെയുമുണങ്ങുമ്പോൾ
ഞങ്ങൾ പൂത്തു കൊണ്ടിരിക്കും.
കവിതകൾ പാടിക്കൊണ്ടിരിക്കും.

കള്ളമില്ലാത്ത ഞങ്ങളെ
കള്ളിയെന്ന് വിളിക്കുന്ന നിങ്ങൾ
തരിശിലേക്കു നടക്കുന്നുവെന്ന്
ഞങ്ങൾ പറഞ്ഞു തരാം.
വേലിക്കൽ നിങ്ങളെ കാക്കുന്ന
ഞങ്ങൾ കാലത്തിന്റേയും
കാവൽക്കാരാണ്.

പ്രവചനങ്ങൾ കല്പിക്കുന്ന
കവിതകൾക്ക് സൗന്ദര്യമുണ്ടാവില്ല.
ആഴത്തിൽ ഇറങ്ങിയ മുള്ളുപോലെ നീറിക്കൊണ്ടിരി
ക്കും.

അനിർവചനീയം

നിനച്ചിരിക്കാതെ മഴ പെയ്യണം –
നി കൊട്ടും വേനലിന്റെ വറുതിയിൽ;
ഒരൊറ്റ വെയിൽ പതിക്കണം –
കാക്ക കൺതുറക്കാത്ത കർക്കിടകത്തിൽ ;
വെറുമൊരു മേഘശകലം –
പൗർണ്ണമിയുടെ ഉന്മാദത്തിൽ ;
ഒരു കൊള്ളിയാൻ കഷണം –
നക്ഷത്രപ്പൂവാടിയിൽ നിന്ന് .
കൂട് വിട്ടുപോയ കിളിയുടെ
തിരിച്ചുവരവിന്റെ പുലരി കണക്കെ
ഒക്കെയും വാക്കുകളില്ലാത്ത
കവിതകളാണ്.
കവിതകളാണ്...
കവിത വാക്കുകളേയല്ല,
അനിർവചനീയമായ
ആനന്ദമോ വേദനയോ
മാത്രമാണ്.

അനന്തം

കടുംപച്ചക്കുന്നിൻ നെറുകയിൽ
കപച്ചില മുടിയഴിച്ചിട്ടൊരു മരം,

ഒറ്റയടിപ്പാത കേറിക്കേറി
വൃക്ഷത്തണുപ്പിലേക്കെത്തുക
കുളിർമഞ്ഞിൻ കണം പെയ്ത
പച്ചപ്പുല്ലിൻ തലോടൽനനവ്

മരച്ചോട്ടിൽ രണ്ടു കരിങ്കല്ലിൽ
മിനുത്ത് തണുത്തൊരീ കൽമെത്ത കണ്ടുവോ ,
പടിഞ്ഞിരിക്കുക,
കണ്ണടക്കുക
കുപ്പായം കാറ്റിൽ പറന്നുവോ ..

ഇലകൾ പാടും പാട്ടു കേൾക്കുക
സംഗീതമായ് സമാശ്വാസമായ്
ഉന്മാദശാന്തമായ്
ശ്വാസനിശ്വാസം കവിതയായ്
കൺനിറയെ വർണ്ണചിത്രങ്ങളായ്
അനന്തമനന്തമായ് അലിഞ്ഞലിഞ്ഞങ്ങനെ.

ശില

ശിലകൾ സചേതനങ്ങളാണ്
(ആയിക്കൊള്ളണമെന്നില്ല!)
ശിലായുഗ പരിഹാസകാലം
അസ്തമിച്ചുവോ, ആവർത്തിക്കുമോ?
ആയുധശിലപോലെ
ആരാധനാശിലപോലെ!

പ്രണയവും വിപ്ലവവും
ഏറ്റുവാങ്ങിയ ശിലകൾ
അചേതന–സചേതനത്വമാണ്.
ശിലാഹൃദയനെന്നും
ശിലാരൂപനെന്നും
കാവ്യംചമച്ച്
കവിഹൃദയങ്ങൾ പറയും.
ഘനീഭവിച്ച ശിലാരൂപങ്ങൾ
ജീവിതത്തിന്റെ സ്മാരകങ്ങളല്ലേ.
കാഠിന്യങ്ങളുടെ ഓരോ തന്മാത്രയും ഓരോ രഹസ്യ
മാണ്.
വായിക്കാൻ അറിയുന്ന ഒരുവൻ
വരുമെന്ന പ്രതീക്ഷയിൽ
അതിസൂക്ഷ്മമായി കുറിച്ച
ജനിതകം, ജന്മാന്തര ജാതകം.
തണുത്തുറഞ്ഞ
അഹല്യാസ്വത്വങ്ങൾ പോലെ.

ആയുധങ്ങൾ രക്ഷാമാർഗമല്ല,
ഭയത്തിന്റെ ശിലാരൂപമാണ്.
ആദ്യത്തെ ചിത്രവും
ആദ്യത്തെ കവിതയും
ശിലാസാക്ഷ്യങ്ങളാണ്.
ആദ്യപ്രണയത്തിന്റേയും ആദ്യവിരഹത്തിന്റേയും
ആദ്യവേർപാടിന്റേയും
സാക്ഷി ശിലകളാണ്.

കരിങ്കല്ലു ഭൂമി

കോട്ടകൊത്തളങ്ങളിലൊഴുകിയ
നിണവും തീർഥവും
ഏറ്റുവാങ്ങിയത് ശിലകളാണ്.
ആദ്യബലിയും ആദ്യആരാധനയും ശിലയിലാണ്.

ശിലകൾ തണുത്തുറഞ്ഞും
ചുട്ടു പഴുത്തും പൊട്ടിയടർന്നും
ഭ്രാന്തമായി ഉരുണ്ടുവീണും
കവിതയായി പൊട്ടിച്ചിരിയായി
പൊരുളിന്റെ കഥകൾ പറയും.
ദേവരായും മീസാനായും
കല്ലുകൾ
സാന്ത്വനപരമ്പരകൾ തീർക്കും.

മഹാപർവതങ്ങളായി
വിസ്മയരത്നങ്ങളായി ശിലകൾ
എന്നെന്നും ഇവിടെയുണ്ടാവും.
പ്രാകൃതമായോ നവീനമായോ
നിങ്ങൾ ശിലകളെ രേഖപ്പെടുത്തിക്കോളൂ.
ശിലകൾ സ്ഥായിയായി കവിതപോലെ
ആദിരഹസ്യം പോലെ നിർവികാരമാണ്.
അനാദിയിൽ നിന്ന് അനന്തതയിലേക്കുള്ള
ഭദ്രമായ രഹസ്യരേഖകൾ..

എന്റെ കുടിൽ

ഒരു കൂടോ കുടിലോ വേണം
എനിക്കായ് എനിക്കു മാത്രമായ്.
മണ്ണിളക്കാതെ, മരം മുറിക്കാതെ
പക്ഷിക്കൂടു പോലൊന്ന്.

പക്ഷികൾക്കറിയാം ആകാശവും
ഭൂമിയും ദാഹജലവും അതിന്റെ ചേരുവകളും.
അവ എവിടെയെന്നും
ഈ കൂട് എന്റേതല്ലെന്നും!

വേദനയിൽ വെന്ത ചുടുകട്ട
ചേർത്തു വയ്ക്കുമ്പോൾ മനസ്സ് വേദനിക്കില്ല.
മുറിച്ചെടുത്ത ഭൂമിക്കഷണങ്ങൾ
ചോര വരണ്ടുറച്ചതാവാം.
വെടിമരുന്നുപുരയിലെന്ന പോലെ ഉറപ്പില്ലാത്ത
സുരക്ഷ, വൃഥാ.

ഏറ്റവും വലിയ വ്യാജൻ ഞാനാണ്
എനിക്ക് ഭാഷയും അലങ്കാരവുമുണ്ട്
ഞാൻ സ്നേഹത്തെ കുറിച്ച് പറയും, പാടും.
പ്രണയമെന്നു പലവട്ടം പറയും
ഒറ്റുകാരനായ ഞാൻ
ഒന്നും അറിയുന്നില്ല.

ഭൂമിയെക്കുറിച്ചു വേപഥുവാർന്ന കഥകൾ പറയും.
മതനിരപേക്ഷ ഗാഥകൾ രചിക്കും
ആരാധനയുടെ മണിസൗധങ്ങൾ തീർക്കും.
വേദനിക്കുന്ന വിശ്വാസങ്ങൾക്കായി
ഭണ്ഡാരപ്പെട്ടികൾ വയ്ക്കും.

എന്റെ ഹുങ്കിൽ ഞാൻ
സമസ്തരേയും വെല്ലുവിളിക്കും!

ഇണയെ പോറ്റാൻ പണം വേണം
എന്ന ജ്ഞാനം പക്ഷികൾക്കില്ല.
കുട്ടികളെ വളർത്താൻ
പരിശീലനക്കളരികളില്ല.
മറ്റൊരു ജീവിക്കുമില്ല
എന്റെ വിശേഷങ്ങൾ.
എല്ലാം സവിശേഷം, സുവിശേഷം.

പ്രാർഥന എപ്പോഴും പ്രായശ്ചിത്തമാണ്.
അത് പാപികളുടെ വ്യവഹാരം.
അത് മുൻകൂർ ജാമ്യത്തിന്റെ
ആശ്വാസവ്യവസ്ഥ.

വേദനയാണ് ജീവന്റെ അടിത്തറ.
വേദനിക്കാത്ത മനസ്സിൽ
ഒന്നും മുളക്കില്ല, വളരില്ല.

വേദനിക്കുന്ന മനസ്സിൽ തൊട്ടു നോക്കൂ,
ഉണ്ടോ, അറിയുന്നുണ്ടോ?
എനിക്കില്ല, മനസ്സ് അശേഷമറിയില്ല.
കല്ലു പോലെ കഠിനം.

എങ്കിലും ഞാൻ മനസ്സിനായി
ഒരു കുടിൽ പണിയും.
പിന്നീട് നിങ്ങൾക്കത് പൊളിക്കാം,
ആരാധനാലയം പണിയാം.

നഗ്നകവിതകൾ

പുലർച്ചെ കണ്ണുതുറന്ന് മയങ്ങവേ ഒരു കൂട്ടം
അവധൂതർ
മുന്നിലൂടെ കടന്നുപോവുന്നു.
അവരേവരും നഗ്നരാണ്. അവയവങ്ങളിലേക്ക്
തുറിച്ചുനോക്കാനോ
ഒളിഞ്ഞുനോക്കാനോ തോന്നിയില്ല!
ആണോ പെണ്ണോ ആരൊക്കെയോ?
ഇടതുനെഞ്ചിൽ
ഹൃദയാകൃതിയിൽ
നെരിപ്പോട്ടു പോലൊന്ന് പുകയുന്നുണ്ട്.
ശവഗന്ധങ്ങൾ പോലെ
ഉരുകിയ മനോഗന്ധം.
ആളും തീജ്വാലകൾ കത്തുന്ന
വിരലുകളോ കൊടിക്കൂറയോ?
പീഡിപ്പിച്ചുകൊന്ന ആട്ടിൻകുട്ടിയുടെ
വിറയാർന്ന തേങ്ങലിന്റെ സ്വരഭേദം.
ആരും മിണ്ടുന്നില്ല
ആരുമന്യോന്യം നോക്കുന്നില്ല.
എങ്ങോട്ടാണ് യാത്രികരെ
എന്നു ചോദിച്ചാലും
ഭഞ്ജിക്കപ്പെടാത്ത മൗനപ്രവാഹം.

അവർക്കു പിന്നാലെ
അധികാരത്തിന്റെ സ്തംഭങ്ങൾ
തുണാകൃതിയിലുള്ള തോക്കുകളുടെ പീരങ്കിബോധം.
സിംഹമുഖമുള്ള
ആസനത്തിൽ
ഇരിക്കുന്നവനോ
മുഖമില്ല, പകരം
ചത്ത രണ്ടു കണ്ണുകൾ.
എത്ര വികൃതമായ ദൃശ്യങ്ങൾ!

കൊട്ടുന്ന പെരുമ്പറയുടെ തോൽ

കരിഞ്ഞ ഭൂമി

വലിഞ്ഞു മുറുകി പൊട്ടുമ്പോലെ
എല്ലാ ശബ്ദങ്ങളും
മൗനത്തിൽ ലയിച്ച്
ഉപ്പുനീരായി
പ്രവഹിക്കുകയും ചെയ്യുന്നു.

അവസാനിക്കാത്ത ഘോഷയാത്രയുടെ ഒഴുക്കിൽ
ഞാനും നിമഗ്നനാവുമ്പോൾ
ഇളിഭ്യനായ സൂര്യൻ
നിസ്സഹായനായി
കരുണാമയനായി
സമ്പൂർണ്ണ നഗ്നനായി
വെളിച്ചം തെളിച്ചു കൊണ്ടിരുന്നു.

പഠനം:

വിരാമങ്ങളിൽ നിന്നുള്ള വചനങ്ങൾ

എ. പത്മനാഭൻ

'ഏകാന്ത ഗായകൻ ചക്രവാളത്തിന്റെ ഇരുളിൽ
നാദമായി മറഞ്ഞിരിക്കും.
സമഞ്ജസമായ ഈ സന്ധ്യ
കാവ്യരസാനുഭവങ്ങളുടെ
മോക്ഷഭൂമികയാണ്.
ഒരു കവിയും ഇല്ലാതാവുന്നില്ല,
ഒരു നർത്തകിയും ഇല്ലാതാവുന്നില്ല,
ഒരു സംഗീതവും നശിക്കുന്നില്ല.
അദൃശ്യമായ ആദിരൂപങ്ങൾ
ആദിസ്വരങ്ങൾ...'

(ഒരു കവിതയും ഇല്ലാതാകുന്നില്ല)

അനാദികാലം താനിവിടെയുണ്ടെന്ന ചിന്ത വഹിക്കുന്ന ഒരാളാണ് കവി. ആ തോന്നലിന്റെ മറുപുറമാണ് തന്റെ സൃഷ്ടി സനാതനമാണെന്ന കണക്കുകൂട്ടലും. പ്രാചീനതയുടെ സ്വരവും യുഗാന്ത്യത്തിന്റെ വർത്തമാനവും തന്റെ കവിത കേൾപ്പിക്കുന്നുണ്ടെന്നാണ് ഏതു കവിയുടേയും സ്വകാര്യപക്ഷം. കവിയുടെ സ്വരത്തിനും ഭാഷയ്ക്കും പ്രണയത്തിനും ജീവിതത്തിനുമെല്ലാം ജന്മാന്തരമായ അപാരത അവർ സ്വയം കണക്കാക്കുന്നുണ്ട്:

'പ്രചണ്ഡവും പ്രാകൃതവുമാണ്
എന്റെ പ്രാണൻ'

(ഞാൻ എവിടെ).

ജീവിതമെത്ര പരാജിതമായാലും വിജയത്തിന്റെ മന്ദസ്മിതവും, എത്ര വിജയിച്ചാലും വിഷാദത്തിന്റെ സ്പർശവും അവരുടെ കവിതയിൽ അവശേഷിക്കുന്നത് അതുകൊണ്ടാണ്.

ഈ കൃതിയിൽ, മാധവനെന്ന കവിയും നേരിട്ട് മഹാബലിയുമായും ശ്രീബുദ്ധനുമായും സംസാരിക്കാനൊരുങ്ങുന്നത് മറ്റൊരു നിലയിലാവില്ല.

'അത്യഗാധമൊരു പവിഴപ്പുറ്റിൽ

ദീർഘതപമാണെൻ മഹാബലി'

എന്ന ദൃശ്യം കാട്ടിക്കൊണ്ട് 'എന്റെ മഹാബലി'യെന്ന കവിതയും ഒപ്പം കൃതിയും തുടങ്ങവെ, അനാദികാലത്തിന്റെ സ്വരവും വെളിച്ചവും അവിടെ രംഗമൊരുക്കുന്നു. നമ്മൾ കാഴ്ചക്കാരായി ഒപ്പമെത്തുന്നു. ഇതിഹാസത്തിന്റെ ഉറവിടത്തിലാണെത്തുന്നത്. കടന്നുവന്ന യുഗങ്ങളെ മുഴുവൻ ഒറ്റയടിക്ക് മായ്ച്ചുകൊണ്ടാവാം കവി നമ്മെ അവിടെ കൊണ്ടുപോയി നിർത്തുന്നത്.അത്തരത്തിൽ, ഭൂതവും വർത്തമാനവും ഭാവിയും ഒരേ വിരൽത്തുമ്പിൽ കറക്കിക്കൊണ്ടിരിക്കാൻ കവികൾക്കു സാധിക്കുന്നുണ്ട്. കാലത്തിന്റെ വ്യവഹാരദൈർഘ്യം അവർക്കു വിഷയമേയല്ല. കലണ്ടർ അവരുടെ ഭാവനയ്ക്കു ചേരുന്നതല്ല.അവരുടെ പ്രായം എത്രയാണെന്ന് അവർക്കു തിട്ടമുണ്ടാകണമെന്നില്ല. സമയത്തെ അതേപടി കണക്കിലെടുക്കാത്തവരാണവർ. ഏതു നേരത്താണ് അവരുണരുന്നതെന്ന് അലാറത്തിനറിയില്ല. എഴുത്താണ് അവർക്ക് മയക്കവും.

'കുതിപ്പ്' എന്ന കവിതയിൽ ഈ ചോദ്യമുണ്ട്:

'എന്തിനെന്തിനാണ്

ഈ കുതിപ്പെന്ന് ആർക്കറിയാം.

ശൂന്യതയുടെ നിറവിലും

ഈ ചോദ്യമോ?

ശരിയാണ്

എന്റേത് കുതിപ്പായിരുന്നില്ല,

കുറ്റബോധങ്ങളുടെ കിതപ്പാണ്,

നിസ്സഹായതയുടെ കനവുകളാണ്.

ബോധത്തിൽ നി–

ന്നബോധത്തിലേക്ക് എന്തു കുതിപ്പ്!'

ബോധാബോധങ്ങൾക്ക് വേർതിരിവില്ലെന്നതിനാൽ ഭാവനയുടെ സഞ്ചാരപരത കാവ്യരൂപങ്ങളെ തന്നെ മാറ്റിയെഴുതുന്നു:

'വരൂ, ചുടല നൃത്തത്തിന്റെ

ആവേഗം പോലെ
ഈ തീരത്തിന്റെ അനശ്വരതയിൽ
തീവ്ര ഏകാന്തതയിൽ
മൺചിരാതുകളുമായി
അവനവനെ തിരയുന്ന
കാവ്യരൂപങ്ങളെ
ഒന്നു കാണാം, കേൾക്കാം'

(ഒരു കവിതയും ഇല്ലാതാകുന്നില്ല)

ഭൂകമ്പത്തിനുശേഷമുള്ള ശിഥിലസ്ഥിതി പോലെയാവാം ചിലപ്പോൾ കവിതയുടെ ശില്പാകാരം. കവിതയുടെ വഴി പരമ്പരാഗതമല്ലാതാവുന്നത് അങ്ങനെ നിത്യവും നാം കാണുന്നു. ആശയങ്ങളുടെ സത്തയോ അനുഭവങ്ങളുടെ ശീർഷമോ സമൂർത്തമായി സംക്ഷേപിക്കുന്നതിന്റെ സമ്പൂർണ്ണക്രമമൊന്നും കവിത സ്വീകരിക്കണമെന്നില്ല. അതിനാൽ, പുതിയ പരീക്ഷണങ്ങളെന്ന് അതിനെ വിളിക്കുന്നതും ഉചിതമാവില്ല. ഒന്നും ബോധപരതയിലല്ല. അതിനാൽ തന്നെ അവ പരീക്ഷണവുമല്ല. സ്വാഭാവികമാണ് വഴിത്തിരിവുകൾ.

വഴിയറിഞ്ഞു പോകുന്ന പഥികരേക്കാൾ അപരിചിതസാന്ദ്രത വഴിയറിയാത്തവരുടെ നടത്തത്തിനുണ്ടാവുമല്ലൊ. അന്വേഷണബുദ്ധിയും ഭാവനാശേഷിയും അവരിലാവും കൂടുതൽ സക്രിയമാകുക. അവരുടെ നടത്തം തനിച്ചാവില്ല പ്രകൃതിയെ കൂട്ടുപിടിച്ചാവും:

'മണ്ണിന്റെ മാറിലെ
ചരാചരങ്ങളേ,
എന്നോടൊപ്പം ചേരുക'

(ആവനാഴി ശൂന്യമാണ്.)

എന്നു മന്ത്രിച്ചു കൊണ്ട്.

'അനിർവചനീയം' എന്ന രചന കവിതയെ നിർവചിക്കുന്നതും പ്രകൃതിയുടെ വചനങ്ങളുപയോഗിച്ചാണ്:

'കൂടു വിട്ടുപോയ കിളിയുടെ
തിരിച്ചുവരവിന്റെ പുലരി കണക്കെ
ഒക്കെയും വാക്കുകളില്ലാത്ത
കവിതകളാണ്'

മിന്നലും മഴയും മഴവില്ലുമൊക്കെ കുടിപാർക്കുന്ന പ്രകൃതിയെന്ന ഇതിഹാസ ആഖ്യായികയിലെ ഒരു കഥാപാത്രമായി മാറുകയാണ് കവിയും. കാറ്റിനും മേഘങ്ങൾക്കും സമാന്തരമായി, ഉദയത്തിനും അസ്തമയത്തിനും തിരശ്ചീനമായി, ജലരൂപങ്ങൾക്കും തിരമാലകൾക്കും ലംബമായി, മൗനസ്പന്ദങ്ങൾക്കും പക്ഷിഗീതങ്ങൾക്കും മാറ്റൊലിയായി, ശൂന്യതയുടെ മർമ്മരങ്ങളായി കവിഭാവന സഞ്ചരിച്ചതിന്റെ രേഖകൾ ഈ സമാഹാരത്തിലെ കവിതകളിൽ സുലഭമാണ്...

'ഞാൻ കാണുന്നതിപ്പോൾ

അസ്തമയ സൂര്യന്റെ

അനിതര സൗന്ദര്യമാണ്.

അതിരുകളില്ലാത്ത അനന്തതയാണ്'

(അന്തിസൂര്യൻ)

കാഴ്ചയുടെ അനന്തതയിൽ തീവ്രമായ സമയത്തെ എതിർത്തുകൊണ്ട് സൗന്ദര്യത്തിന്റെ അസാധാരണത്വം ആവാഹിക്കാൻ കവിക്കു സാധിച്ചതിന്റെ വികാരജ്വാലയാണ് കവിതകൾ പ്രകാശിപ്പിക്കുന്നത്. കേവലമായ ജീവിതം കവിക്ക് അസഹ്യമാണ്. പ്രകൃതിവിതാനങ്ങളിലേക്ക് സംക്രമിക്കുന്ന സിരകളാണ് കവി വഹിക്കുന്നത്.

'മാളങ്ങളിൽ പതിയിരിക്കുന്ന

വിഷജന്മങ്ങളെ ചിറകൊച്ചയിൽ

വിറപ്പിക്കുന്ന

മഹാഗരുഡനെപ്പോലെ

ഈ ചക്രവാളം എനിക്ക് വേണം'

(പറവകൾ എന്റെ കവിതകളാണ്)

ഒപ്പം ഒറ്റപ്പെടലിന്റെ നിർദയമായ ഓർബിറ്റിൽ വട്ടം കറങ്ങുന്നു. ഈ അസഹ്യത അസഹ്യപർവതമാക്കി കവിയെ വരിഞ്ഞു മുറുക്കും:

'പിളർന്ന സഹ്യന്റെ മൂർധാവിൽ

നിന്നൊഴുകിപ്പരക്കുന്ന

ചോരയിൽ

കലങ്ങിയ കണ്ണീർപ്രവാഹത്തിൽ

ആരാരുടെ നിലവിളി കേൾപ്പൂ

കുത്തൊഴുക്കിൽ പിടച്ചിലില്ലാതെ

ഒലിച്ചിറങ്ങുന്ന ജീവിതം.'

(കോലാഹല നദി)

എഴുതാതെ വയ്യെന്നാവുമ്പോഴാണ് 'പോകട്ടെ ഞാൻ' എന്ന കവിത പിറക്കുക.

'നിശ്ശൂന്യമായ നിറവുകൾ തേടി

യാത്രയാവുന്നു പിന്നെ.

സിദ്ധമായർഥങ്ങളൊക്കെയും

എറിഞ്ഞൊഴിഞ്ഞേ പറ്റൂയീവിധം'.

ഒടുവിൽ പ്രകൃതിയുടെ ആയുധങ്ങൾക്കിരയായി രക്തസാക്ഷിത്വം ഏറ്റുവാങ്ങുന്നിടത്താണ് കവിയുടെ പൂർണ്ണത അഥവാ കവിതയുടെ പരിപൂർണ്ണമായ ലയാനുവിദ്ധത.

'എന്നെ ചേർത്തു തറക്കുക

ഈ വയലിൻഹൃദയവരമ്പിൽ

ഈ കാണും കരിഞ്ഞുവരമ്പിൽ

ഒരുനാൾ വീണ്ടും മുളയായ്

പൂവായ് ഉയിരായ് ഉയിർക്കട്ടെ

നാടിൻ പൊൻകതിരുകളൊന്നായ്.'

(കരിഞ്ഞ ഭൂമി)

***

ഡോ. മാധവന്റെ ആദ്യത്തെ കാവ്യകൃതിയായ 'ജലദർപ്പണ'ത്തിൽ അന്വേഷണം നടത്തിയ സന്ദർഭത്തിൽ, ഒരാസ്വാദകനെന്ന നിലയിൽ കണ്ടെത്താനായ പ്രധാന വസ്തുത ഭൂതദയയെ സംബന്ധിച്ചായിരുന്നു (ആ പുസ്തകത്തിലുൾപ്പെട്ട ഈ ലേഖകന്റെ പഠനം അത് ചൂണ്ടിക്കാട്ടിയതാണ്).

മനുഷ്യനും മറ്റു ജീവിഗണങ്ങളും സസ്യങ്ങളും തമ്മിലുള്ള വിനിമയത്തിന്റെ ഭാഷ ക്രോഡീകരിക്കുകയും വികസിപ്പിക്കുകയും നിഘണ്ടുവത്കരിക്കുകയും അതു വഴി ഒരു ഭാഷാശാസ്ത്രം തന്നെ ചിട്ടപ്പെടുത്തുകയും ചെയ്യേണ്ടതുണ്ടെന്ന് ഈ കൃതികൂടി വായിക്കുമ്പോൾ നമുക്ക് ഏറെ ബോധ്യപ്പെടും. ഇംഗ്ലീഷ് സ്വനശാസ്ത്രകാരൻ ആൽഫ്രഡ് ചാൾസ്

ഗിംസൺ ഭാഷയെ നിർവചിക്കുന്നത് സമുദായമാകെ പരസ്പരം ആശയ വിനിമയത്തിനുപയോഗിക്കുന്ന പാരമ്പര്യസൂചകങ്ങളുടെ വ്യവസ്ഥയായിട്ടാണ്. മാനുഷികവിനിമയത്തിന്റെ മൊത്ത സൂചികയിൽ നിന്ന് പ്രകൃതിയിലുണ്ടാകുന്ന ആശയ വിനിമയങ്ങളുടെ ആകത്തുകയിലേക്ക് വികാരങ്ങളെ വാർത്തെടുക്കുമ്പോൾ അത് പ്രകൃതിയുടെ ഭാഷയാകും. ഈ കവി പ്രവേശിക്കുന്നത് അത്തരമൊരു വിതാനത്തിലേക്കാണ്. കോലാഹല നദി, കാകനും ശ്വനകനും, പറവകൾ എന്റെ കവിതകളാണ്, കള്ളി എന്നീ കവിതകൾ വിശേഷിച്ചും പ്രകൃതിയുമായി സാധിച്ചെടുക്കുന്ന സംഭാഷണങ്ങളാണ്. അതിൽ 'കാകനും ശ്വനകനു'മെന്ന രചന പ്രതീകാത്മകമായി തൊടുക്കുന്ന സാമൂഹികവിമർശനം കൂടിയാണ്. സമൂഹത്തിന്റെ എടുപ്പും നടപ്പും നോക്കിക്കാണുന്ന, കഥയുടെ പുറവും മറുപുറവും കണ്ടറിയുന്ന ഒരു ജ്ഞാനദൃഷ്ടിക്കു മുമ്പിൽ തെളിയുന്ന പല വികൃതികൾ, ലോകത്തിന്റേതായി ഈ വരികളിൽ വായിക്കാം.

കൂട്ടംതെറ്റി നടന്നവരുടെ ആദർശ യൗവനത്തിനു മേൽ കാലം തെറ്റി കുത്തപ്പെട്ട വാർധക്യത്തിന്റെ ചാപ്പ കണ്ടറിഞ്ഞും കേട്ടറിഞ്ഞുമാർജിച്ച രാഷ്ട്രീയജ്ഞാനമാണ് പ്രധാനമായും വരികളിൽ നിറയുന്നത്. ഇവിടെ വീട് ഇരുകാലങ്ങളുടെ സംക്രമസീമയാണ്. അതിന് ഭരണകൂടത്തിന്റെ ഛായയുണ്ട്. അകത്തെ ഡോബർമാനും പുറത്തെ കാകനും വീടിന്റെ കാവൽ നയിക്കുന്നു.. കാവലെന്നത് ഭരണകൂടത്തിന്റെ തന്ത്രപരമായ വ്യാജത്വം കൂടിയാണ്.

നിർവ്യാജമായ കാവലാണ് 'രോമങ്ങൾ' എന്ന കവിതയുടെ വിഷയം. സത്യസന്ധമായ ആത്മഹർഷമാണ് രോമാഞ്ചമായി പ്രകടിതമാവുന്നത്. രോമങ്ങളെ ഇന്ദ്രിയങ്ങളുടെ കാവൽക്കാരായി ഉണർത്തിനിർത്തുകയാണ് കവി. എഴുത്തുകാർ പൊതുവെ ശരീരത്തോടുള്ള ആരാധനയിൽ മുൻപന്തിയിലായിരിക്കും. ഇവിടെ 'രോമങ്ങൾ' എന്ന രചനയും അതിന്റെ മാതൃകയാണ്. പ്രകൃതിയുടെ ഇന്ദ്രിയങ്ങളായി വാഴ്ത്താവുന്ന പൂവിതൾ, പൗർണ്ണമി, മഴവില്ല് തുടങ്ങിയ വികാരകേന്ദ്രങ്ങളെ നമ്മുടെ പഞ്ചേന്ദ്രിയങ്ങളുമായി കൂട്ടിക്കെട്ടുന്ന ഉപമീയക്രിയയാണ് 'രോമങ്ങളി'ലും തുടരുന്നത്.

ശരീരത്തെ രാഷ്ട്രീയ വിഷയമാക്കുന്നതാണ് 'കാനിബാളിസ'ത്തിലെ പ്രമേയം:

'എവിടെയെങ്കിലും കുത്തി

ചോര പൊടിക്കുക

അല്ലെങ്കിൽ

അവന്റെ മനസ്സിൽ കുത്തി

കണ്ണീർ ഒഴുക്കുക

വരുവിൻ കൂട്ടരേ

അവന്റെ മാംസത്തിന്റെ രുചി നോക്കാം

ഈ കാനിബാളോത്സവം

നമുക്ക് കൊണ്ടാടുക'

രക്തസാക്ഷിത്വമെന്ന വ്യാജമുദ്രയടിച്ച് രാക്ഷസീയത വിശുദ്ധതത്വമാക്കുക വഴി അധികാരത്തിലേക്കു വഴിവെട്ടുന്ന ചരിത്രപരമായ അശ്ലീലവും ഇവിടെ പ്രദർശിതമാണ്. കേരളത്തിന്റെ രാഷ്ട്രീയ ഭൂപടത്തിൽ മാറ്റൊലിച്ച അനശ്വര വരികളാണല്ലോ പി ഭാസ്കരന്റെ

'ഓരോ തുള്ളിച്ചോരയിൽ നിന്നും

ഒരായിരം പേരുയരുന്നു

ഉയരുന്നു അവർ നാടിൻ മോചന

രണാങ്കണത്തിൽ പടരുന്നു'

വിപ്ലവത്തിന്റെ ഘോഷസങ്കലനമായി പല പടയണികൾ അതേറ്റുപാടി. അന്നത്തെ വീക്ഷണം കറങ്ങിത്തിരിഞ്ഞപ്പോൾ ഒരു തുള്ളി ചോരയ്ക്കായുള്ള ദാഹമാണ് പിൽക്കാലത്തെ അണികളിൽ നുരച്ചത്:

'കൊത്തി കൊത്തി കൊല്ലുന്ന

കോഴിക്കൂട്ടങ്ങളാണ് കാഴ്ച.

കൊത്തി കൊത്തി

കുടൽമാല പുറത്തിട്ടു കൊത്തി അവർ മടങ്ങും'

(കാനിബാളിസം).

രാഷ്ട്രീയാധികാരവ്യവസ്ഥയുമായി സന്ധി ചെയ്യാൻ കഴിയാത്തതിന്റെ നിരവധി നിഷേധമുദ്രകൾ ഈ സമാഹാരത്തിലെ കവിതകളിൽ കാണാം.

'ഇവൻ കരയാറില്ല,

ചിരിക്കാറില്ല,

നോട്ടത്തിലെ പരിഹാസമൊഴികെ

കാക്കയുടെ കണ്ണിൽ

ഇതര വികാരങ്ങളില്ല'

എന്നൊക്കെ സ്വഭാവീകരിക്കുമ്പോൾ അധികാരത്തിന്റെ ബിംബങ്ങളെ സംബന്ധിച്ച കൂടുതൽ വ്യക്തത വരുന്നുണ്ട്. ജനവർഗ ത്തെ മറുധ്രുവത്തിലെ മറ്റൊരു ലോകത്തിന്റെ സന്തതികളായാണ് കവി എണ്ണുന്നത്.

'അടച്ച ഗേറ്റിനു പുറത്ത്

കുറ്റാരോപിതരായ പീഡിതനായ്ക്കൾ

വൃഷണം നഷ്ടപ്പെട്ടുത്തിയും

ഗർഭപാത്രം തകർക്കപ്പെട്ടും

എച്ചിലിനു കാത്തിരിക്കുന്നുണ്ടാവു'മെന്ന് അവരെപ്പറ്റി വളരെ കൃത്യമായി തന്നെ വസ്തുതാകഥനം നടത്തുന്നു. കാവൽ നായ്ക്കളുടെ കുരച്ചു ചാട്ടത്തെ വളരെ ലാഘവത്തോടെ അവഗണിക്കുകയും 'പോടാ വ്വേന്ന് കോട്ടുവായിട്ടു തിരിഞ്ഞു നിൽക്കു'കയും ചെയ്യുന്ന വ്യതിരിക്തമായ തെരുവുസമൂഹത്തേയും കവിത രേഖപ്പെടുത്തുന്നു. അധികാരപരമ്പരകളുടെ ആർത്തിയും സെലിബ്രിറ്റികൾ തോളിലേറ്റുന്ന ആസക്തിയും സ്വാർഥതയും മുദ്രാവാക്യ– മുറജപക്കാരുടെ ഓരിയിടൽപരിപാടികളുമൊക്കെ കവിതയാൽ വിചാരണ ചെയ്യപ്പെടുന്നു. ആക്ഷേപഹാസ്യത്തിന്റെ മർമ്മമറിഞ്ഞ് പ്രയോഗിക്കുന്നതിലുള്ള ഈ കവിയുടെ രചനാസവിശേഷതകൾക്കും മാതൃകയാണ് 'കാകനും ശുനകനും'.

'ഇടയ്ക്കിടെ ഒരാൾ എത്തും–

കാകന്റെ കാമുകിയോ ഭാര്യയോ.

(രണ്ടായാലും നമുക്കെന്താ)

പ്രണയസല്ലാപത്തിൽ ഏർപ്പെടും'.

കാഴ്ചക്കാരൻ സദാചാര പോലീസായി രൂപാന്തരപ്പെടുന്ന ഭാവം ആവിഷ്കരിക്കപ്പെടുന്നു.

അസൂയ മൂത്ത് കല്ലെറിയുകയാണ്.

'വൃദ്ധന്റെ കല്ല് കൊള്ളില്ലെന്ന

പഴഞ്ചൊല്ല് പറഞ്ഞ്

ഇണക്കാക്കകൾ ചിരിക്കും'

എന്ന വരികൾ കൂടിയാവുമ്പോൾ ഹാസ്യത്തിന്റെ തനതുചാതുര്യവും കവിതയിൽ പ്രകടമാകുന്നു. ചരിത്രത്തെ മലീമസമാക്കിക്കൊണ്ടിരിക്കുന്ന അധികാരവൃന്ദത്തെ അകത്തും ജനസാമാന്യത്തെ പുറത്തും നിർത്തി ഇന്നത്തെ സാമൂഹികഭ്രമണത്തെ അനുയോജ്യമായ ചട്ടക്കൂടിൽ

സമസ്തീകരിക്കുകയാണ് ഈ രചന:

'അങ്ങനെ ഞങ്ങൾ
കാക–ശുനക–യജമാന–പിരമിഡുകൾ തിരിച്ചും
മറിഞ്ഞു വീഴാതെയും
ചരിഞ്ഞു നോക്കിയും
ഭക്ഷണ വിസർജ്യസുഖവാസ
പദ്ധതികളുമായി
മതിലിനകത്തു സസുഖം വാണു.
പുറത്ത്,
പീഡിത ശ്വാന മനുഷ്യസംഘങ്ങൾ ഞങ്ങളുടെ
സഹവർത്തിത്തത്തിനു തടസ്സമായി വെറുതെ
കുരച്ചു കൊണ്ടിരുന്നു.'

ഈ കവിതയുടെ പൊളിറ്റിക്കൽ അനെക്സാണ് ' മതിലുകൾ' എന്ന രചന. അധികാരകേന്ദ്രത്തെ വലയം ചെയ്തുകൊണ്ടുള്ള വന്മതിലെന്ന ഒരശ്ലീലത്തെയാണ് കവിത കേന്ദ്രദൃശ്യമാക്കുന്നത്:

'കാവൽ നായ്ക്കൾ
സദാ ജാഗരൂകരാണ്,
ഒടിയുന്ന വാഴയിലയും
പാഞ്ഞു വരുന്ന ശത്രുവും
അവർക്കൊരുപോലെയാണ്,
"കുര തന്നെ കുര.'

ഡോ. മാധവന്റെ കവിതകളിൽ സാമൂഹ്യാനുഭവത്തിന്റെ വിമർശന ഭാഷയായിട്ടാണ് ഹാസ്യം പ്രകടമാവുന്നത്. എത്ര വലിയ സാമൂഹിക പ്രശ്നങ്ങളേയും സന്ദിഗ്ധതകളേയും കൈവെള്ളയിൽ വായിക്കാൻ കഴിയുന്നുണ്ട് ഈ ഹാസ്യകാരന്. ഇങ്ങനെ നിസ്സാരവത്കരിക്കാൻ കഴിയുന്നതിന്റെ ഫലമായി ഒരു നിസ്സംഗഭാവം വിവരണങ്ങൾക്കാകെ കൈവരുന്നു:

'കാലം എന്നെന്നും
ഇങ്ങനയൊക്കെ തന്നെ!
ഒരു ചുട്ടു കട്ടൻകാപ്പി കുടിക്കാം–

അല്ലേ!'

(ച്ചട്ട കട്ടൻ)

ഒരു പടി ക്കടി കടന്ന് 'ആയുധ'മെന്ന കവിതയിലെത്തുമ്പോൾ,

'വല്ലഭന്റെ ആയുധം തോൽക്കുന്നിടത്ത്

വല്ലഭ പറയും,

പൂവ് വേണ്ടാരുന്നു,

പുല്ല് മതി '

എന്ന മട്ടിലാവുന്നു പ്രയോഗം.

നിർഭയമായി കാലത്തെ നേരിടുന്നതിലും ഇതേ പ്രകൃതം കാണാം:

'ഒന്നൊന്നുമില്ലാത്ത കാലത്തെ

പേറുമാ ഭയരൂപത്തെ, യിന്ന്

ഞാൻ കാൺമൂ മുന്നിൽ

നിർവികാരമായ് '

(ഭീരു)

ഭയമെന്നത് ജനകീയ വികാരമാണ്.

ഭൂത–ഭാവി–വർത്തമാനകാലത്തെയാകെ ആവരണം ചെയ്തു നിൽക്കുന്ന സംഭീതമായ വികാരങ്ങളുടെ ആകത്തുകയാണല്ലൊ മനുഷ്യസമൂഹം. മതം ആവിർഭവിച്ചതു തന്നെ ഭയമെന്ന മിഥ്യയിലാണ്. അധികാര ശക്തികളുടെ വേരുകളും ഭയമെന്ന തത്വസംഹിതയെയാണ് കൂട്ടുപിടിക്കുന്നത്. ഭരണീയരെ ഭയപ്പെടുത്തിയാണ് ഭരണകൂടം എന്നും ഭ്രമണം ചെയ്യാറുള്ളത്. തിരിച്ച് അതിലേറെ ഭയപ്പാടോടെ അവർ ജനതയെ കാണുന്നു.

'നീ എന്നെ പേടിപ്പിക്കല്ലേ

ഞാൻ അധികാരമാണ്!'

(പേടി)

എന്ന മട്ടിൽ ഭയപ്പാട് പ്രജാപതികൾ പ്രകടിപ്പിക്കുന്നു. ജനാധിപത്യക്രമത്തിൽ പോലും ജനങ്ങൾക്കരികിൽ ചെല്ലേണ്ടി വരുന്ന ഭരണാധികാരികൾ ഏറ്റവും കനത്ത സുരക്ഷാ കവചങ്ങൾ അണിയുന്നു. ചരിത്രപരവും സാംസ്കാരികവുമായ ആശയമായാണ് ഭയം എവിടേയും വർത്തിക്കുന്നത്. ഭയചകിതമാവുന്ന ഒരു സാഹചര്യത്തിൽ, ലോകത്തെ ചുരുക്കിക്കൊണ്ട്, അനുഭവം അടച്ചുപൂട്ടുവാനും ലോകത്തിന്റെ

ഭീകരതകളോടും സ്വന്തം ഉത്കണ്ഠകളോടും ഒരു മറവി വളർത്തിയെടുക്കുവാനും ആളുകൾ പ്രേരിതരാവുമെന്ന് ഏണസ്റ്റ് ബെക്കറിന്റെ 'ദി ഡിനയൽ ഓഫ് ഡെത്ത്' എന്ന പുസ്തകം വിശദീകരിക്കുന്നുണ്ട്.

'ഭീരുവിനു ആയിരം ന്യായമുണ്ട്

ധീരതയ്ക്ക് ഒറ്റവഴിയും'

(ഒറ്റനിമിഷം)

എന്നാണ് ഇവിടെ കവിയുടെ ചൂണ്ടിക്കാട്ടൽ.ആയിരം ന്യായത്തിനു പിന്നിലും ഭീരുക്കൾ ആയുധമേന്തിയാണ് നില്പ്.

'ധീരന്റെ ധീരത പോലെ

വങ്കന്റെ വങ്കത്തരങ്ങളും

വാഴ്ത്തപ്പെട്ടു'മെന്ന നടപ്പുകാലത്തിന്റെ ശൈലി ചൂണ്ടിക്കാട്ടുന്ന 'ചരക്കു വണ്ടി'യും, നിർവികാരതയും നിസ്സഹായതയും നോക്കുകുത്തിയോളം പ്രകടിപ്പിക്കുന്ന അണികളുടെ ഭാവചിത്രം വരച്ചിടുന്ന 'നോക്കുകുത്തി കൃഷി'യും നമ്മുടെ രാഷ്ട്രീയപരിസരത്തിന്റെ കൃത്യമായ കാരിക്കച്ചറാണ്.

ചില രചനകളിൽ പ്രത്യക്ഷത്തിൽ കാവ്യപരമായ സംഗീതം ധ്വനിക്കുന്നില്ലെന്നു വന്നേക്കാമെങ്കിലും വരികളിൽ പ്രതിഫലിക്കുന്ന അന്തർഭാവം കാവ്യലയമുള്ളതും ധ്വന്യാത്മകത്വം സ്ഫുരിക്കുന്നതുമായി മാറുന്നുണ്ട്. അങ്ങനെ സംഭവിക്കുന്നത് അവ പ്രകൃതിയുടെ തരംഗദൈർഘ്യത്തിലേക്ക് മാറുന്നതു കൊണ്ടാണ്. കാലവുമായി ബന്ധപ്പെടുന്ന മുന്നറിയിപ്പുകളുടെ സംഹിത വെളിപ്പെടുത്താൻ അവയ്ക്കു സാധിക്കുന്നു. പ്രവചനാത്മകമായ കവിതകൾ രൂപപ്പെടുന്നത് പ്രപഞ്ച സ്പന്ദനങ്ങളെ സ്വാംശീകരിച്ചതിനാലാണല്ലൊ.

'പ്രവചനങ്ങൾ കല്പിക്കുന്ന

കവിതകൾക്ക് സൗന്ദര്യമുണ്ടാവില്ല.

ആഴത്തിൽ ഇറങ്ങിയ മുള്ളുപോലെ നീറിക്കൊണ്ടിരിക്കും.' (കള്ളി)

പ്രപഞ്ചം കവിയെ എഴുതുമ്പോൾ ശൂന്യതയുടെ പ്രകാരമാണ് മിക്കവാറും തെളിയുക. അവരുടെ ആത്മം കത്തിത്തീർന്ന അസ്തമയത്തിന്റെ ഛായ കലർന്ന ഹൃദയരാശിയോടെ:

'ഇത്രയേയുള്ളൂ ഈ താപജീവിതം എന്നറിയിച്ച്

അന്ധകാരയാഥാർഥ്യ ഭൂമികയിലേക്കാനയിക്കുന്ന

സായാഹ്ന സൂര്യാ

അങ്ങാണ്, അങ്ങു മാത്രമാണ്
എന്റെ ഗുരു.
എന്റെ മാർഗദർശിയും
ക്രാന്തദർശിയും'

(അന്തിസൂര്യൻ)

അസ്തമയത്തിന്റെ ആദികാവ്യം രചിക്കുകയാണ് സൂര്യൻ. 'കാവ്യം തുടക്കമല്ല ഒടുക്കമാണ്' എന്ന് കവി വിഭാവനം ചെയ്യുന്നുണ്ട്. ഇരുട്ടിന്റെ ഭൂമികയിലേക്ക് ആനയിക്കുന്നുവെന്ന ഗുരുത്വമാണ് സായാഹ്നസൂര്യന് ലഭിക്കുന്നത്. ഈയൊരു ശിഷ്യത്വം അന്ധകാരത്തെ സ്വീകരിക്കാനുള്ള ഉൾപ്രേരണയാൽ ഭവിക്കുന്നതല്ല, മറിച്ച് വെളിച്ചത്തിന്റെ യാഥാർഥ്യങ്ങൾ അതിരൂക്ഷമായി കടന്നാക്രമിക്കുന്നതിന്റെ പ്രതിസ്വനമാണ്. ചങ്ങമ്പുഴയുടെ 'വേതാളകേളി' എന്ന കവിതയിൽ 'പാതിരേ വേഗം വരൂ' എന്ന വിളിയുടെ ധ്വനിയും ഇതേ ഭാവപ്പകർച്ചയിലാണ് നമ്മൾ കേട്ടത്. ഇക്കാണുംകാഴ്ചകളെല്ലാം അവസാനിപ്പിച്ചു തരൂ എന്ന പ്രാർഥനാവിലാപം ആ ധ്വനിയിലുണ്ട്. രാവാണ് അതിനു പരിഹാരം–മയക്കമാണ് പരിഹാരക്രിയ എന്നുകൂടി വരാം. ശരീരത്തെ സമരോത്സുകവും കലാരൂപവുമാക്കാനുള്ള മായികശേഷി ഇരുട്ടിനും മയക്കത്തിനുമുണ്ട്. ഇരുട്ടിന്റെ ശരീരം സ്വപ്നോത്തരലോകവുമായി ഒരാഭ്യന്തരബന്ധം സൂക്ഷിക്കുന്നുണ്ടെങ്കിലും, നമ്മൾ കരുതും പോലെ വെറും ഇരുട്ടല്ലത്.ഇരുട്ടോ വെളിച്ചമോ ആടിക്കളിക്കുന്ന ദ്വന്ദ്വാത്മക രംഗവിതാനമാണ് ഭൂപടത്തിലാകെ. കണ്ണുകളെ ആശ്രയിക്കാതെ നമുക്ക് കാണാമെന്നതാണ് ഒരു സവിശേഷത.ഉറങ്ങിയാലും നമ്മളുണർന്നിരിക്കുന്നുവെന്ന സമരതലം മറ്റെവിടെ പ്രകടമാകാൻ! ഓരോ രാവിന്റേയും പരിസ്ഥിതി വിഭിന്നമാണ്. പരിസരദൃശ്യങ്ങൾ മാറിമാറി തെഴുത്തുവരുന്നത് ഇരുട്ടിലാണ്. കാഴ്ചകൾക്കൊന്നിനും അധികനേരം ദൃശ്യപ്പെടാനുള്ള ഇടം പോലും അവിടെ ലഭിക്കാറില്ല. മയക്കത്തിന്റെ മഹാരഹസ്യങ്ങൾ മറനീക്കി പുറത്തുവരുന്നു. മയക്കത്തെപ്പറ്റിയും, സ്വപ്നത്തെപ്പറ്റിയും ശാസ്ത്രം പഠിപ്പിച്ച സത്യങ്ങൾക്കു സമാന്തരമായ കാര്യങ്ങളാണ് ചിലതൊക്കെ. ന്യൂറോൺ പൊട്ടൻഷ്യലൊക്കെ ഇന്നത്തെ മാത്രം ശേഷിയല്ല. പാരമ്പര്യഗോത്രങ്ങളും അതിന്റെ പിന്നിലുണ്ട്.പല തലമുറകളുടെ സ്വപ്നങ്ങളാണ് നമ്മൾ കണ്ടു തീർക്കുന്നത്. ഒരു മണിക്കൂർദൃശ്യം ഒന്നര സെക്കന്റിനുള്ളിൽ പ്രദർശിപ്പിക്കേണ്ടി വരുന്നത് ഈ പരിമിതികൊണ്ടാണ്. കഥ മൊത്തം സെൻസറിംഗ് നടത്തി സംഗ്രഹിച്ച കാണിക്കാനുള്ള ഡ്രീംകാച്ചറൊന്നും നമുക്കിടയിൽ പ്രചാരത്തിലില്ലല്ലൊ. അതിന്റെ

ആവശ്യവുമില്ല. ഉറക്കമാണ് ഉണർവ്. ഉറക്കത്തിലേക്കു ഉണരാനുള്ള റോജർ ബിംഗ്ഹാമിന്റെ ശബ്ദത്തിനൊന്നും കാതോർക്കണ്ട.

ഉറക്കത്തിന്റെ പടവുകളിൽ സ്വയം ഒരു ഡമ്മിയായി പരീക്ഷിച്ചാൽ തന്നെ കെട്ടുപാടുകൾ തെളിഞ്ഞു കാണും.നമ്മളിൽ നിറയാനിരിക്കുന്ന അറിയപ്പെടാത്ത പ്രപഞ്ചമാണ് അറിവെന്നും അജ്ഞാനമാണ് ജ്ഞാനമെന്നും വിമതമാണ് മതമെന്നും പ്രതിപക്ഷമാണ് യഥാർഥത്തിൽ ഭരിക്കേണ്ടതെന്നും തിരിച്ചറിയാനുള്ള ഗവേഷണരീതി. തിയറികളൊക്കെ ഇവിടെ തകരുകയാണ്. നോക്കൂ, നാമൊരു വ്യക്തിയല്ലെന്ന് അനുഭവത്തിലൂടെ വിശ്വസിക്കാൻ കഴിയുന്ന സാമൂഹ്യരൂപം അപ്പോൾ സിദ്ധിക്കും. രൂപം നഷ്ടപ്പെടുന്ന കവലയാണത്. കാഴ്ചകൾ മതിയാക്കൂ–യെന്നല്ല, മഹാകാഴ്ചകളാരംഭിക്കൂ–യെന്നാണ് ഒന്നാമത്തെ ആഹ്വാനം.

കർട്ടനുയരുമ്പോൾ, ഉയർന്നില്ലെങ്കിലും കാണാം രംഗപ്പകർച്ചകൾ.. അഭിനേതാക്കളുടെ ശരീരത്തിന് അത്രയേറെ മൂർച്ചയാണ്. കട്ടിയായ കർട്ടനില്ലെങ്കിൽ നമ്മുടെ കണ്ണു തുളച്ചേക്കുമവർ! വേദിയിൽ കഥാപാത്രങ്ങൾ നാടകകൃത്തിനെ വകവയ്ക്കാതെ പ്രവേശിച്ചു കൊണ്ടേയിരിക്കും. ചിലപ്പോൾ, നടീനടന്മാർ പോലും തങ്ങളേതു കഥാപാത്രമാണെന്നറിയാൻ സദസ്സിനോടൊപ്പം നിന്ന് നോക്കേണ്ടി വരും. കഥയിൽ ചോദ്യമില്ലെന്ന ചൊല്ലു പോലെ, കഥാപാത്രങ്ങളെ ചോദ്യം ചെയ്യാനുമാവില്ല. മരണമായാലും രംഗബോധമില്ലാതെയല്ല, കൃത്യമായ ബോധജ്യാമിതിയോടു കൂടിയാണ് പ്രവേശിക്കുക.. കൂട്ടത്തിൽ കോമാളികളേയില്ല. ക്ലാസിക് കഥാപാത്രങ്ങളാണ് ഒക്കെയും. അവരെ തിരിച്ചറിയുന്നതിൽ ഷേക്സ്പിയർ പോലും തോൽക്കും. കണ്ടെത്താനിരിക്കുന്ന 'യുറാനസിന്റെ പുതിയ ഉപഗ്രഹങ്ങ'ളാണ് അവർ. കഥയ്ക്കു ചേരാത്ത കഥാപാത്രങ്ങളുടെ രഹസ്യഭാവങ്ങൾ ചുഴിഞ്ഞു നോക്കുന്ന ഷേക്സ്പിയറുടെ വൈദഗ്ധ്യമൊന്നും ഇവിടെ ഏശില്ല. ഉറക്കം പുതിയ ഗ്രഹങ്ങളേയും ഉപഗ്രഹങ്ങളേയും തുറന്നു വിടുന്നു. ഉറക്കമെന്ന പ്രത്യയശാസ്ത്രത്തിന്റെ രചയിതാക്കളിൽ ഏതൊരാളും പെടും. ശയനശയ്യ ഒരു ശവക്കുഴിയായി മാറുംവിധം അതിസുന്ദരമാണ് കിടപ്പ്. ചുറ്റുപാടിനെ കൈയൊഴിഞ്ഞ്, ആഴങ്ങളുടെ പരജന്യതയിലേക്ക്, ജലവ്യാപ്തി കുഴിച്ച്, പ്രാണ സാഫല്യത്തോടെ ശരീരം സംലയിക്കുന്ന മായാജാലം, കാണികളാരുമില്ലാതെ അരങ്ങേറുകയാവാം അപ്പോൾ. സ്വപ്നമെന്നു മുദ്രണം ചെയ്യാൻ പറ്റാത്ത ആവാസക്രമത്തിലേക്ക് നമ്മൾ അലഞ്ഞ് / അലിഞ്ഞു ചേരുകയാണ്. ഒറ്റപ്പെട്ട നാടോടിയുടേതോ ഒറ്റുകാരനായ വിപ്ലവകാരിയുടേയോ സ്വല്പം പശ്ചാത്താപം അപ്പോൾ പിടികൂടിയെന്നിരിക്കട്ടെ, എന്നാലും നമ്മൾ

വിക്ഷേപിക്കപ്പെട്ടിരിക്കും. അധോലോകയാത്രികരാവാനുള്ള പരിണാമത്തിന് ഒരു നിമിഷമേ എടുക്കൂ. ദശലക്ഷക്കണക്കിനു വർഷങ്ങളുടെ പരിണാമമെന്നതൊക്കെ പച്ചക്കള്ളം. ആരു വിശ്വസിക്കാൻ. ഒറ്റമറിച്ചിലിന്റെ വിസ്മയമാണ് മായമില്ലാത്തത്.

'തീവ്രമായ ഒന്നാണ് ഒറ്റ നിമിഷം'

'ഒറ്റ നിമിഷമേയുള്ളൂ

ഒറ്റ ശരിയേയുള്ളൂ!

മാറ്റി വച്ച മോഹങ്ങളുടെ

ചരമം ആ നിമിഷം സംഭവിച്ചു!

നാളയെന്ന ശരിയിലും മിഥ്യയിലും മാഞ്ഞുപോകുന്ന നമ്മൾ.......'

(ഒറ്റനിമിഷം)

ശേഷം നമ്മളൊരു ദഹനമാണ്– ആത്മാവോ ശരീരമോ തമ്മിൽ ചേർച്ചയറിയാതെ. പൂർണ്ണമായും വെന്തു കഴിയുമ്പോഴാണ് ഓരോ അണുവിലും നമ്മുടെ വളർച്ച കൃത്യമാകുന്നത്. നമ്മളറിയാതെ, ഋതുക്കളാലോചിക്കാതെ യഥാർഥ മനുഷ്യസത്ത തളിരിടുന്നതും പൂക്കുന്നതും കായ്ക്കുന്നതും ഇത്തരം അസമയ മുഹൂർത്തങ്ങളിലാണ്. ആ നേരങ്ങളിലൊക്കെ പ്രേതനിഴലുകൾ നിറഞ്ഞ തുരങ്കങ്ങളുടെ കവചം നമ്മെ സംരക്ഷിക്കുന്നുണ്ടാവും. പതിന്നാലു ലോകങ്ങളിലേക്ക് കെട്ടയച്ചുവിട്ടാലും ശയനക്കറ്റിയിൽ നമ്മൾ ഭദ്രരായിരിക്കും. ആകാശം മാതിരിയുള്ള ചിറക് നമ്മെ ധരിച്ചേക്കും.അത്രവരെ ഉടൽ കാത്തിരിക്കുകയായിരുന്ന ആ ചിറകുകൾ.. അതിന്റെ പാകത്തിൽ ഗർഭസ്ഥ ശിശുവാകുന്നു നമ്മൾ. പിന്നീടൊരു പറക്കലാണ്.പറക്കുന്ന പക്ഷിമുട്ടയെന്ന് അത്ഭുതം കൂറുകയൊന്നും വേണ്ട. എത്ര പറന്നാലും നിലം വിടില്ല പറവ. ഭൂമിയെ മറക്കാത്ത വ്യോമക്രിയ. സ്വപ്നത്തിൽ, പറന്നുയരുന്നതിനിടെ, കുത്താനായുന്ന കാളയുടെ കൊമ്പിനു മീതെ, തൊട്ടു തൊട്ടില്ലെന്ന തോട്ടിമുനപ്പിൽ നിന്ന് വഴുതിക്കയറാൻ വെമ്പിയവർക്കറിയാം–അത്തരം മോചനത്തിന്റെ വള്ളിവഴികൾ. പിതൃഭൂമിയുടെ വേരുകൾ മുറിക്കാനായുന്ന അധികാരശക്തികളൊന്നും അവിടെ ഇല്ല. ഭരിക്കാൻ പോയിട്ട് ആരും ആരേയും നോക്കുക പോലുമില്ല. സ്വാതന്ത്ര്യത്തിന്റെ സമൂർത്ത നിർവചനം കവിത കൊണ്ടെഴുതണമെങ്കിൽ, കവികൾ ഈ ദേശദശയിൽ വേണം വസിക്കാൻ.

മനുഷ്യനാവശ്യമുള്ള ജീവിത വേലകളൊന്നും ആ സ്പേസിനു പിടിക്കില്ല. നിങ്ങൾ സ്വതന്ത്രരാണെന്നൊക്കെ പറഞ്ഞാലൊന്നും യഥാർഥ

മജ്ജയാവില്ല. പരമാർഥത്തിൽ, ഒറ്റശരീരം കൊണ്ട് പ്രപഞ്ചമാകെ നിറയാം. ദൈവമെന്ന വിളിക്കേണ്ടത്, അപ്പോഴത്തെ നിങ്ങളെയാണ്. നാളിതുവരെ ദൈവമെന്ന വിളിച്ചവരെയൊക്കെ കളഞ്ഞേക്കൂ. ദൃശ്യ സാഗരവുംദൃശ്യബീജവും ഒന്നായിത്തീരുന്ന സമത്വതീരം! വലിപ്പവും ചെറുപ്പവും മായ്ച്ചു കളയുന്ന വസ്തുകലാപം! ഏകതയും ബഹുതയും ഒരേ ശബ്ദക്രമത്തിൽ വർത്തിക്കുന്ന കാലസ്ഥായി! ത്രികാലങ്ങളൊന്നും നിങ്ങളുടെ ഘടികാരത്തിലുണ്ടാവില്ല. കാലം സ്ഥലത്തിന്റെ പരിമിതിയാ യതിനാൽ, സ്പേസ് പ്രത്യക്ഷപ്പെടാത്തിടത്ത് ഇതൊന്നും ആവശ്യവുമില്ല ല്ലോ. അടിത്തറയും മേല്പുരയുമില്ല. വർഗരോഗങ്ങളില്ല. സർവചലനങ്ങൾ ക്കും നിങ്ങളാണ് അച്ചുതണ്ട്. നിങ്ങളെന്ന ഒരാളില്ലാത്തതിനാൽ അച്ചുത ണ്ടും അപ്രസക്തം. ആപേക്ഷികസിദ്ധാന്തം അടിസ്ഥാനരഹിതമാകും. നിരങ്കുശമായ ചലനപ്രഹേളികകൾ. സയൻസിന്റെ എഴുത്തോലകൾ മടക്കിക്കെട്ടി വയ്ക്കാം. അശാസ്ത്രങ്ങളുടെ കഥ പണ്ടേ പൊളിഞ്ഞതു മാണല്ലൊ. അതിനാലാണ് 'ആകാശം' എന്ന കവിതയെഴുതുന്നത്. 'ശൂന്യാകാശത്തിന്റെ ശാസ്ത്രപുസ്തകം ഇടക്ക് മടക്കിവയ്ക്കു'ന്നത്. 'മാനം നിറയെ കിനാവുകൾ വാരി നിറയ്ക്കു' ന്നത്. 'കിനാവിലെ കുട്ടിയെ പോലെ മാറിവരുന്ന രൂപങ്ങളായി അരണ്ട നിലാനിറത്തിൽ ശൂന്യതയെ' അറി യുന്നത് 'ചിറകുകൾ ആവശ്യമില്ലാത്ത അതിന്റെ മുഗ്ധതയിൽ അലിഞ്ഞു ചേരു'ന്നത്. ഈ അവസ്ഥയെയാണ് 'പ്രാണന്റെ പൂർണ്ണഭ്രമണ'മെന്ന് 'പന്ത്' എന്ന കവിത വിശേഷിപ്പിക്കുന്നത്.

'സർവവും ഇല്ലാതാവുന്ന
സർവവും നിറയുന്ന
ഒരേയൊരു ബിന്ദു'.

ശൂന്യതയ്ക്ക് അസംഖ്യം നിർവചനങ്ങൾ ദാർശനികർ നൽകിവരുന്നു ണ്ടെങ്കിലും അവയിൽ മികച്ചതായി കരുതാവുന്ന ഒരു വചനമാണിത്. യഥാർഥ ശൂന്യതയിൽ പ്രപഞ്ചം ഓരോരുത്തർക്കും കാവൽ നിൽക്കും.

'ഞായർ' എന്ന കവിതയും അതു തന്നെയാണ് ആവർത്തിക്കുന്നത്– ഈ പ്രപഞ്ചത്തെ ഉറക്കരുതെന്ന്.

'കൊട്ടിഘോഷിക്കുന്ന മതവും
വാനം ജയിക്കുന്ന ശാസ്ത്രവും
യുക്തിയുടെ ഇത്തിരി വെട്ടവും
സമത്വ പ്രത്യയ ശാസ്ത്രങ്ങളും.
ഒന്നായി തോൽക്കും വരെ

ആഴ്ചകൾ എണ്ണിക്കൊണ്ടിരിക്കാം.

അവസാനത്തെ ആയുധം

തീരുംവരെ

ഭൂമിയെ ഉറക്കരുത്'

രാവ് മരണത്തിന്റെ മറുപേരായി കവിയിലേക്ക് ചായുന്നുണ്ട്.

രംഗബോധത്തോടൊപ്പം യവനികാബോധവും ആത്മദൃശ്യാ കൊണ്ടു നടക്കുന്ന കവി. ദൃശ്യസുഗന്ധത്തോടൊപ്പം അദൃശ്യഗന്ധവും അനുഭവിക്കുന്നു.

'കാടിന്റേയും കടലിന്റേയും ഇരുണ്ട സത്യങ്ങളിൽ വെളിച്ചത്തിന്റെ മായം കലരുന്നതിനെ' കുറിച്ചും നിലാവിന്റേയും ഉച്ചസൂര്യന്റേയും നിർവികാരതയെ കുറിച്ചും 'മൃത്യു' എന്ന കവിത വെളിപ്പെടുത്തുന്നത് അത്തരം അനുഭവത്താലാണ്. ഈ കവിതകളുടെ ഒരു ദിക്ക് മരണത്തിന്റെ മണിമുഴക്കം തുടർച്ചയായി കേൾപ്പിക്കുന്നുണ്ടാവണം. അത്തരത്തിലൊരു ദർശനസാക്ഷ്യം സ്പന്ദിക്കുന്ന ഭാവത്തിനും കവിതകളിൽ പഞ്ഞമില്ല.' ഒന്നു പറയാം: നിങ്ങൾ ഒരു പ്രതിമയാവാതിരിക്കുക. മരണം കൊണ്ട് തീരേണ്ടവ അവിടെ തീരണ' (സാക്ഷി) മെന്ന് അനുശാസിക്കുമെങ്കിലും അവിടെ തീരാതെ അദൃശ്യജീവന്റെ ചലനഭൂപടം നമുക്കു മുന്നിൽ തുറന്നുകാട്ടാനുള്ള അന്വേഷണം മുന്നേറുന്നുണ്ട്. അമരത്വത്തിലേക്കുള്ള തീർഥയാത്രയാണത്. ഈ കവിയുടെ 'ജലദർപ്പണ'മെന്ന കൃതിയിലും വസ്തുവും ബിംബവുമായുള്ള വൈരുധ്യത്തിന്റെ കല നമ്മൾ ദർശിച്ചിരുന്നു. ഇവിടേയും അതു തുടരുന്നു. അന്ത്യവും അനന്തതയും വിഭജിക്കാനാവാത്ത വിധം മരണവും അമരത്വവും ഒരേ പ്രഹേളികയിൽ പ്രതിഷ്ഠിക്കുന്ന ആത്മദേശാടനവും, പരവും അപരവും കൂടപ്പിറപ്പുകളാകുംവിധം പിറവിയേയും മറുപിറവിയേയും നോവിന്റെ മൂന്നാംസന്ധിയിൽ ഒരേ ശരീരമായി പുറന്തള്ളുന്ന ആത്മദേശീയതയും കവിത സൃഷ്ടിക്കുന്നു.

'ഒടിഞ്ഞ വില്ലാണെന്റെ ഭാഗ്യവും നിർഭാഗ്യവു'മെന്ന് 'ഒടിഞ്ഞ വില്ല്' എന്ന രചന രാമവിചാരം നടത്തുമ്പോഴും,

'ഇനി രണ്ടു വഴികളാണ്:

സ്വയം സാധുവോ അസാധുവോ

ആവുകയെന്നതാണത്.

രണ്ടായാലും അസാധുവാണ്'

'അസാധു' എന്ന രചന ദീർഘബോധം പ്രകടിപ്പിക്കുമ്പോഴും കവി എത്തിച്ചേരുന്ന അനുഭവത്തിന്റെ ശീർഷമുണ്ട്. അതിന്റെ പാരമ്യം

ശൂന്യതയാണ്. ശൂന്യതയെപ്പറ്റിയുള്ള മഹാജ്ഞാനിയായി കവി ഇവിടെ മാറിക്കഴിഞ്ഞിരിക്കുന്നു. 'സാക്ഷി' യെന്ന സൃഷ്ടി അതാണ് സാക്ഷ്യപ്പെടുത്തിയത്.

'ഞാൻ ഒന്നാം സാക്ഷി

സർവതിനും..

കാലത്തിനും'

കാലം കവർച്ച ചെയ്യപ്പെട്ടുവെന്നറിയുന്ന ഒരു സാക്ഷി. ഹാസ്യത്രുപേണയോ സത്യമൂർച്ചയോടെയോ അത് 'ഞാറ്റുവേല' യിൽ ചൂണ്ടിക്കാട്ടുന്നുണ്ട്:

'ഉണങ്ങിച്ചുരുണ്ട

കുരുമുളക് വള്ളി പറഞ്ഞു:

എടോ ന്യൂനമർദത്തിൽ

തേക്കുമരം മോഷണം പോയി,

ഒപ്പം ഞാറ്റുവേലയും'

ദൃശ്യങ്ങളുടേയും ദർശനങ്ങളുടേയും ആകത്തുകയായി യുഗയുഗാന്തരങ്ങളായുള്ള പര്യവേഷണത്തിനു ശേഷം മനുഷ്യനിൽ എത്തിച്ചേരുന്ന പ്രപഞ്ചമാണ് ശൂന്യതയെന്ന് തിരിച്ചറിഞ്ഞതിന്റെ വികാരമാണ് ഡോ. മാധവന്റെ കവിതകൾ പൊതുവെ കാഴ്ചവയ്ക്കുന്നത്. ആ ജ്ഞാനത്തിന്റെ തളികയിലാണ് ഇത്തരം വരികൾ കാണാനാവുന്നതും:

'അക്ഷരം പഠിക്കും മുമ്പേ

പഠിച്ചതൊക്കെയും മറക്കട്ടെ,

ആത്മബോധത്തിൻ ചോട്ടിലായ്

ആദ്യത്തെ വാക്കുകൾ മുളക്കട്ടെ'

(അക്ഷരം)

ഏതെങ്കിലുമൊരു പ്രത്യേക വീക്ഷണം ഈ കവിയെ അലട്ടുന്നില്ല. അതേസമയം നിലവിലുള്ള വീക്ഷണ സംഹിതകൾ മുഴുവൻ പ്രശ്നവത്കരിക്കപ്പെട്ടത് തിരിച്ചറിയുകയും ചെയ്യുന്നു.

തിയറിയുടെ മറുപുറത്ത് തൂക്കിയിട്ട ഒരു കലണ്ടറിലാണ് കവിയുടെ കാലം പ്രവർത്തിക്കുന്നത്. കവിദൃഷ്ടിയിൽ കാലം നഗ്ന പ്രഹേളികയാണ്. കണ്ടതൊക്കെയും മായ്ക്കുകയും സ്വന്തമായൊരു ദൃശ്യപ്രപഞ്ചത്തെ വരച്ചിടുകയും ചെയ്യുന്ന ചിത്രകാരനായി കവി പരിണമിക്കുന്നതിനാൽ സമയശൃംഖലയെ സംവൃതമാക്കാനാണ് 'നഗ്നകവിതകൾ'

സൃഷ്ടിച്ചതെങ്കിലും ഒടുവിലത് വീക്ഷണത്തിന്റെ മഹാഘോഷയാത്ര യായി നീളുകയാണ്:

"അവസാനിക്കാത്ത ഘോഷയാത്രയുടെ ഒഴുക്കിൽ
ഞാനും നിമഗ്നനാവുമ്പോൾ
ഇളിഭ്യനായ സൂര്യൻ
നിസ്സഹായനായി
കരുണാമയനായി
സമ്പൂർണ നഗ്നനായി
വെളിച്ചം തെളിച്ചു കൊണ്ടിരുന്നു."

ഒരു വാസ്തവമിതാണ്– ഈ പ്രപഞ്ചത്തെ വീക്ഷിക്കാനുള്ള ഏറ്റവും സുന്ദരമായ നയനങ്ങളാണ് കവിതയുടേത്. എന്നാൽ കവികളുടെ കണ്ണുകൾ കൃത്രിമസൃഷ്ടിയാണ്. അക്കാര്യമാണ് 'എന്റെ കുടിൽ' എന്ന കവിത ഏറ്റുപറയുന്നത്:

'ഏറ്റവും വലിയ വ്യാജൻ ഞാനാണ്
എനിക്ക് ഭാഷയും അലങ്കാരവുമുണ്ട്
ഞാൻ സ്നേഹത്തെ കുറിച്ച് പറയും, പാടും.
പ്രണയമെന്നു പലവട്ടം പറയും
ഒറ്റുകാരനായ ഞാൻ
ഒന്നും അറിയുന്നില്ല'

കാവ്യത്തിൽ പ്രാചീനമായ കണ്ണുകൾ പ്രവർത്തിച്ചു കൊണ്ടേയിരിക്കും. കല്ലിൽ കൊത്തിയ ദൃശ്യങ്ങൾ അവ പകർത്തിയെടുക്കുകയും..

'ശിലകൾ സ്ഥായിയായി കവിതപോലെ
ആദിരഹസ്യം പോലെ നിർവികാരമാണ്.
അനാദിയിൽ നിന്ന് അനന്തയിലേക്കുള്ള
ഭദ്രമായ രഹസ്യരേഖകൾ'

(ശിലകൾ)

ശിലയുടെ ആദിരഹസ്യങ്ങളാണ് മഹാകാവ്യങ്ങളുടെ മർമ്മം. കാവ്യാന്വേഷണം ദൃഢമായ ചരിത്രബോധത്തെ പിൻപറ്റിയാണ് മുന്നേറുക. എഴുത്ത് ഏകാന്തപഥത്തിലൂടെയുള്ള വിശുദ്ധമായ യാത്രയാണ്. വിരാമങ്ങളിൽ നിന്നും വിമോചനം തേടിയുള്ള വചനയാത്രകൾ. ഓരോ ദൃശ്യത്തെ സംസ്കരിച്ചും ഓരോ അനുഭവത്തെ സംശ്ലേഷിച്ചും കവിതയുടെ

സ്വത്വഘടന കൂടുതൽ സ്വരബാഹ്യമാകുന്നു; പ്രാർഥനാപരമായി നിഗൂഢവത്കരിക്കപ്പെടുന്നു. ഏകാന്തതയിൽ തുരങ്കം നിർമ്മിച്ച്, തന്റേതായ ചൂട്ടുറവകൾ കണ്ടെത്തി, ഭാവനയുടെ വിപരീതങ്ങളിലൂടെ സഞ്ചരിക്കുന്ന കവി ഒടുവിൽ ആ രഹസ്യങ്ങൾ തിരിച്ചറിയും.

ശിലകൾക്കുള്ളിൽ അനന്തമായി നീണ്ടുപോകുന്ന പുരാതന പാതയുണ്ട്. അതിലൂടെ സഞ്ചരിച്ച് പുനർജന്മ ചാക്രികതയിൽ നിന്ന് മോചനം നേടാനായിരുന്നല്ലോ തഥാഗതൻ ചുവടുവച്ചത്. ഭൂതകാലത്തെ ഉപേക്ഷിക്കുകയായിരുന്നു അതിന്റെ ആദ്യപടി. അതിനു വേണ്ടിയാണ് പ്രിയതമയേയും പുത്രനേയും പരിത്യജിച്ചത്. അതിനുമുമ്പേ അദ്ദേഹം തന്നെത്തന്നെ ഉപേക്ഷിക്കാൻ തുടങ്ങിയിരുന്നു. ആ പ്രക്രിയ സർവോന്നതിയിലെത്തിയതാണ് ബോധോദയം. അതിനുശേഷം ബുദ്ധനെ അദ്ദേഹത്തിന്റെ ശരീരത്തിലോ ഭാവത്തിലോ നോക്കിക്കാണുന്നതിൽ അർഥമൊന്നുമില്ല. തന്റെ ദാർശനികഭൂതകാലത്തെ നിയതരൂപത്തിൽ രേഖപ്പെടുത്താൻ വിമുഖനായിരുന്നു ഗൗതമൻ. തന്നെ നിരസിക്കുന്നതിനുവേണ്ടി തന്റെ ഭൂതകാലവുമായിട്ടാണ് ആദ്യം അദ്ദേഹം രാജിയാവുന്നത്. രക്തബന്ധത്തിൽ നിന്ന് വിമോചിതനാവാൻ രാഹുലനേയും ഹൃദയബന്ധത്തിൽ നിന്ന് മുക്തനാവാൻ യശോധരയേയും ഉപേക്ഷിച്ചുകൊണ്ട് ചരിത്രത്തിലെ ഏറ്റവും മികച്ച യാത്രാമൊഴിയുടെ സന്ദർഭവും അങ്ങനെ രേഖപ്പെടുത്തി. പിൽക്കാലത്ത് അസംഖ്യം ഭാഷകളിൽ ആ യാത്രാമൊഴി രചിക്കപ്പെട്ടു. അതിലൊന്നാണ് ഈ സമാഹാരത്തിലെ 'പോകട്ടെ ഞാനു' മെന്ന രചനയും.

ലുംബിനിയിലെ അന്ത:പുരത്തിനുള്ളിൽ നിർധൂതരാവാൻ പോകുന്നതറിയാതെ ശാന്തസ്വച്ഛരായി ഉറങ്ങിക്കിടക്കുന്ന തന്റെ കുടുംബത്തോട് സിദ്ധാർഥൻ ആർദ്രതയാർന്ന സ്വരത്തിൽ മന്ത്രിക്കുന്നതിന്റെ മിടിപ്പ് ആ കവിതയോടു ചേർന്നു നിൽക്കുമ്പോൾ, നമുക്ക് കേൾക്കാം:

'അന്ധകാരത്തിൻ ഭൂവിൽ
മനമൊരു കൈത്തിരിയേന്തി
ഇറങ്ങട്ടെ ഞാൻ, യശോധരേ..
നിശ്ശൂന്യമാം നിറവുകൾ തേടി'

മഹാപരിനിർവാണത്തിലേക്കുള്ള ആ യാത്ര കാലത്തേയും കയ്യൊഴിഞ്ഞുള്ള ജ്ഞാനപ്രഹേളികയായി പിന്നീട് പരിണമിച്ചു. രണ്ടായിരത്തിയഞ്ഞൂറു വർഷത്തിനിപ്പുറവും ജീവിതത്തിന്റെ അർഥവും അനർഥവും മാനവികതയുമായി കലഹിച്ചു കൊണ്ടിരിക്കുന്നു. ബുദ്ധപ്രകൃതി ഇവിടെ അരൂപിയായി തുടരുകയും...